G.C.S.E. PANJABI

WRITING

ਜੀ.ਸੀ.ਐਸ.ਈ. ਪੰਜਾਬੀ

ਲਿਖਣਾ

By :

J.S. NAGRA M.A.; M.Ed.; Ph.D.

Published by : **Nagra Publications**

399, Ansty Road, Coventry CV2 3BQ. U.K.

Tel. & Fax : 02476 617314

ISBN 1 870383 40 0

Ist Edition : November 1999

Reprint   : January 2001

This product is also available from :

1. Virdi Brothers, 102, The Green, Southall, Middx.
    Tel : 0208-574 4765

2. D.T.F. Asian Bookshop, 117 Soho Road, Handsworth,
    Birmingham B21 9ST. Tel : 0121 515 1183

3. The Sikh Missionary Society (U.K.), 10 Featherstone Road,
    Southall, Middx. UB2 5AA. Tel : 0208-574 1902

4. Gurmat Parchar, 21 Brook Road, Northfleet
    Gravesend, Kent DA11 8RQ. Tel : 01474-326428

Acknowledgements

I am very grateful to the Northern Examinations and Assessment Board (NEAB) for permission to reproduce some questions from the past examination papers.

J.S. Nagra

Introduction

The students and teachers of Panjabi experience a great deal of difficulty to prepare for the GCSE examination in Panjabi in the U.K. because of the non-availability of suitable course materials. This book is produced to meet the growing demands of students and teachers of Panjabi. Both students and teachers will find this publication useful to get themselves familiar with the types of questions they will have to tackle in the examination.

An attempt has been made to cover all Areas of Experience in the syllabus. Examples of various types of questions which candidates are required to answer in the examination are given in the beginning of the book. Students and teachers are advised to go through these examples carefully. Examples include :

    i) Completing a list of items;
    ii) Writing a message or messages;
    iii) Writing a postcard;
    iv) Writing a formal and informal letter;
    v) Writing an article, account;
    vi) Writing a picture essay or story.

Please note that candidates are not at present required to write a picture essay or story but these have been included in this book to help students to further develop their writing skills.

For the practice of students enough exercises have been given in almost all the topics of all five Areas of Experience. For the convenience of students and teachers, each exercise has been marked to show whether it is for Foundation or Higher Tier and also which topic and Area of Experience it covers. For example, FA-2 means it is for Foundation Tier and it deals with the second topic i.e. school in Area of Experience A. Similarly HC-3 means it is for Higher Tier and it deals with the third topic i.e. Shopping in Area of Experience C.

Foundation and Higher Tier papers of 1999 GCSE Examination in Panjabi and the marking scheme is given at the end of book.

Contents

GCSE Panjabi — Syllabus

Areas of Experience and Topics

All the topics in the GCSE Course have been grouped in five Areas of Experience as below :

Area of Experience A – *Everyday Activities*		
Topics	A1	Language of the classroom
	A2	School
	A3	Home life
	A4	Media
	A5	Health and fitness
	A6	Food

Area of Experience B – *Personal and Social Life*		
Topics	B1	Self, family and friends
	B2	Free time, holidays and special occasions
	B3	Personal relationships and social activities
	B4	Arranging a meeting or activity
	B5	Leisure and entertainment

Area of Experience C – *The World Around Us*		
Topics	C1	Home town, local environment and customs
	C2	Finding the way
	C3	Shopping
	C4	Public services
	C5	Getting around

Area of Experience D – *The World of Work*		
Topics	D1	Further education and training
	D2	Careers and employment
	D3	Advertising and publicity
	D4	Communication

Area of Experience E – *The International World*		
Topics	E1	Life in other countries/communities
	E2	Tourism
	E3	Accommodation
	E4	The wider world

Writing Tests–Attainment Target 4

Foundation Tier

There will be one test of 40 minutes. The test will contain three parts. Candidates will be required to write in Panjabi,

i) a short list or to complete a form to show that candidates are able to write words or phrases.

ii) a message or other form of communication e.g. writing a post card to show that candidates are able to write phrases/short sentences and substitute words and phrases.

iii) a letter, formal or informal to show that candidates are able to write on past, present and future events, expressing their personal opinions.

Higher Tier

There will be one test of one hour. The test will contain two parts. Candidates will be required to write in Panjabi,

i) a letter, formal or informal to show that candidates are able to write on past, present and future events, expressing their personal opinions.

ii) a text which shows that candidates are able to write descriptively or imaginatively, e.g. an article, a letter, publicity material.

Candidates will be allowed to use bilingual dictionaries throughout the tests. Part 3 of Foundation and Part I of Higher will be common to both tests.

Examples

1. Completing a list of items

You are planning to go on holiday to the Panjab. You need to make a list of things to take with you before you go.

Add four more items, in Panjabi, to the list.

Example :
1. ਪਾਸਪੋਰਟ
2. ਕਪੜੇ
3. ਪੈਸੇ
4. ਟਿਕਟ
5. ਕੈਮਰਾ

AQA, NEAB 1998

2. Writing a message

You may at some time need to leave someone a brief note or message in Panjabi when staying with your parent's family in the Panjab.

Example

Imagine you have gone to the Panjab and are staying with your cousin. One day you are alone at home. Write down in Panjabi what you would put if you had to pass on the following information to your cousin.

'Your mother phoned. She has gone shopping straight from work and will come home late.'

ਪਿਆਰੇ/ਪਿਆਰੀ ਮਨਜੀਤ,

ਕੋਈ ਚਾਰ ਕੁ ਵਜੇ ਤੇਰੀ ਮਾਤਾ ਜੀ ਦਾ ਟੈਲੀਫੂਨ ਆਇਆ ਸੀ। ਉਹਨਾਂ ਨੇ ਮੈਨੂੰ ਦਸਿਆ ਸੀ ਕਿ ਉਹ ਕੰਮ ਤੋਂ ਸਿੱਧੇ ਸ਼ੋਪਿੰਗ (ਚੀਜ਼ਾਂ ਖ਼ਰੀਦਣ) ਕਰਨ ਲਈ ਸ਼ਹਿਰ ਚਲੇ ਗਏ ਹਨ। ਇਸ ਲਈ ਉਹ ਅੱਜ ਘਰ ਦੇਰ ਨਾਲ ਆਉਣਗੇ।

3. Writing a Postcard

There may be some situations where you may like to send a postcard to your parents, grandparents, friends and relatives who don't understand English.

Example

You have gone to the Panjab for a holiday with your mother. Write a postcard in Panjabi to your father.

ਕਾਰਡ ਵਿੱਚ ਤੁਸੀਂ ਹੇਠ ਲਿਖੀਆਂ ਗੱਲਾਂ ਬਾਰੇ ਲਿਖ ਸਕਦੇ ਹੋ।

—ਪਹੁੰਚਣ ਬਾਰੇ

—ਸਫ਼ਰ ਬਾਰੇ

—ਮੌਸਮ ਬਾਰੇ

—ਕੀ ਦੇਖਿਆ

—ਵਾਪਸ ਆਉਣ ਬਾਰੇ

<table>
<tr>
<td>

28 ਅਕਤੂਬਰ 1999

ਪਿਆਰੇ ਪਿਤਾ ਜੀ,

   ਅਸੀਂ ਠੀਕ ਠਾਕ ਪੰਜਾਬ ਪਹੁੰਚ ਗਏ ਸੀ। ਰਸਤੇ ਵਿੱਚ ਕੋਈ ਕਠਨਾਈ ਨਹੀਂ ਆਈ। ਅੱਜ ਗਰਮੀ ਕੁਝ ਘੱਟ ਹੈ ਅਤੇ ਮੌਸਮ ਕਾਫ਼ੀ ਠੰਢਾ ਹੈ। ਮੈਂ ਹਰਿਮੰਦਰ ਸਾਹਿਬ ਗਿਆ ਸੀ। ਬਹੁਤ ਸੁੰਦਰ ਹੈ। ਮੈਂ 15 ਨਵੰਬਰ ਨੂੰ ਵਾਪਸ ਆਵਾਂਗਾ/ਆਵਾਂਗੀ।

ਮਨਦੀਪ

</td>
<td>

Dr. J.S. Nagra
399 Ansty Road,
Coventry CV2 3BQ
U.K.

</td>
</tr>
</table>

4. Writing a formal and informal letter

Letter writing is an important part of GCSE examination in Panjabi. Candidates are required to write a letter in both Foundation and Higher Tiers. It is question 3 in Foundation Tier and question 1 in Higher Tier. Candidates are required to complete seven tasks and demonstrate their ability to write on past, present and future events, expressing their personal opinions.

The three criteria, Content, Use of Language and Accuracy each receive equal weighting. Under each category, candidates will be awarded upto 6 marks, according to level of performance giving a maximum mark of 18. Candidates must add an extra piece of relevant information which goes beyond the minimum level of response required by each task. These pieces of information are called developments. Only one development is accepted per task. Developments cannot be credited for a task which has not been accepted. Students and teachers are advised to read Mark Scheme Part I and II to understand how writing tests are marked. Mark schemes are available from the examination Board every year.

Some guidance to write good letters is given below :

ਅੱਜ ਕੱਲ੍ਹ ਦੇ ਯੁਗ ਵਿੱਚ ਹਰ ਇੱਕ ਵਿਅਕਤੀ ਨੂੰ ਜਾਂ ਤਾਂ ਆਪ ਜਾਂ ਕਿਸੇ ਹੋਰ ਤੋਂ ਚਿੱਠੀ ਲਿਖਵਾਉਣ ਦੀ ਲੋੜ ਪੈਂਦੀ ਹੈ। ਲੋਕੀਂ ਆਪਣੇ ਦੋਸਤਾਂ, ਮਿੱਤਰਾਂ, ਰਿਸ਼ਤੇਦਾਰਾਂ ਆਦਿ ਨੂੰ ਚਿੱਠੀਆਂ ਲਿਖਦੇ ਹਨ, ਜੋ ਦੂਸਰੇ ਸ਼ਹਿਰਾਂ ਵਿੱਚ ਜਾਂ ਦੂਜੇ ਦੇਸ਼ਾਂ ਵਿੱਚ ਰਹਿੰਦੇ ਹਨ, ਜਿਹਨਾਂ ਨਾਲ ਆਹਮੋ ਸਾਹਮਣੇ ਗੱਲ ਬਾਤ ਕਰਨੀ ਮੁਸ਼ਕਲ ਹੈ। ਕਈ ਵਾਰ ਚੀਜ਼ਾਂ ਮੰਗਵਾਉਣ, ਨੌਕਰੀ, ਵਣਜ, ਵਪਾਰ ਅਤੇ ਸਰਕਾਰ ਦੇ ਵੱਖ ਵੱਖ ਵਿਭਾਗਾਂ ਨੂੰ ਵੱਖਰੀਆਂ ਵੱਖਰੀਆਂ ਸਮੱਸਿਆਵਾਂ ਬਾਰੇ ਚਿੱਠੀਆਂ ਲਿਖਣੀਆਂ ਪੈਂਦੀਆਂ ਹਨ।

ਆਮ ਤੌਰ 'ਤੇ ਚਿੱਠੀਆਂ ਨੂੰ ਤਿੰਨ ਸ਼੍ਰੇਣੀਆਂ ਵਿੱਚ ਵੰਡਿਆ ਜਾ ਸਕਦਾ ਹੈ :

1. ਨਿੱਜੀ ਚਿੱਠੀਆਂ (Private letters or Informal letters)

ਇਹ ਚਿੱਠੀਆਂ ਆਪਣੇ ਮਿੱਤਰਾਂ-ਦੋਸਤਾਂ, ਅੰਗ-ਸਾਕਾਂ ਅਤੇ ਆਪਣੇ ਘਰ ਦੇ ਮੈਂਬਰਾਂ ਨੂੰ, ਜਿਹੜੇ ਦੂਰ-ਦੁਰਾਡੇ ਰਹਿੰਦੇ ਹੋਣ, ਲਿਖੀਆਂ ਜਾਂਦੀਆਂ ਹਨ। ਇਹਨਾਂ ਵਿੱਚ ਫ਼ਾਲਤੂ ਗੱਲਾਂ ਵੀ ਲਿਖੀਆਂ ਜਾ ਸਕਦੀਆਂ ਹਨ ਅਤੇ ਕਾਫੀ ਲੰਬੀਆਂ ਹੋ ਸਕਦੀਆਂ ਹਨ।

2. ਸਰਕਾਰੀ ਚਿੱਠੀਆਂ (Official letters or Formal letters)

ਇਹ ਚਿੱਠੀਆਂ ਲੋਕੀਂ ਸਰਕਾਰੀ ਅਧਿਕਾਰੀਆਂ ਨੂੰ ਸਰਕਾਰੀ ਕੰਮਾਂ ਬਾਰੇ ਲਿਖਦੇ ਹਨ। ਇਹਨਾਂ ਵਿੱਚ ਬਿਨੈ-ਪੱਤਰ (Applications) ਅਤੇ ਸ਼ਿਕਾਇਤਾਂ (Complaints) ਆਦਿ ਚਿੱਠੀਆਂ ਹਨ। ਇਹਨਾਂ ਚਿੱਠੀਆਂ ਵਿੱਚ ਫ਼ਾਲਤੂ ਗੱਲਾਂ ਲਿਖਣ ਦੀ ਕੋਈ ਲੋੜ ਨਹੀਂ। ਕੇਵਲ ਮਤਲਬ ਦੀ ਗੱਲ ਹੀ ਲਿਖੀ ਜਾਂਦੀ ਹੈ।

3. ਵਪਾਰਕ ਚਿੱਠੀਆਂ (Business letters or Formal letters)

ਇਹ ਚਿੱਠੀਆਂ ਕਾਰ-ਵਿਹਾਰ ਬਾਰੇ ਲਿਖੀਆਂ ਜਾਂਦੀਆਂ ਹਨ। ਇਸ ਵਿੱਚ ਗਾਹਕ ਸਾਮਾਨ ਦਾ ਆਰਡਰ ਦਿੰਦੇ ਹਨ। ਇੱਕ ਵਪਾਰੀ ਦੂਜੇ ਵਪਾਰੀ ਨੂੰ ਲਿਖਦਾ ਹੈ। ਸਾਮਾਨ ਨਾ ਮਿਲਣ 'ਤੇ ਸ਼ਿਕਾਇਤ ਆਦਿ ਕੀਤੀ ਜਾਂਦੀ ਹੈ।

ਚਿੱਠੀ ਲਿਖਣਾ ਇੱਕ ਹੁਨਰ ਹੈ ਅਤੇ ਇਹ ਅਭਿਆਸ ਨਾਲ ਸਿੱਖਿਆ ਜਾ ਸਕਦਾ ਹੈ। ਆਮ ਤੌਰ 'ਤੇ ਦੇਖਿਆ ਗਿਆ ਹੈ ਕਿ ਚੰਗੇ ਪੜ੍ਹੇ ਲਿਖੇ ਵਿਅਕਤੀ ਵੀ ਕਈ ਵਾਰ ਪ੍ਰਭਾਵਸ਼ਾਲੀ ਚਿੱਠੀ ਨਹੀਂ ਲਿਖ ਸਕਦੇ। ਜੇ ਚਿੱਠੀ ਲਿਖਣ ਵੇਲੇ ਹੇਠ ਲਿਖੀਆਂ ਗੱਲਾਂ ਵੱਲ ਧਿਆਨ ਦਿੱਤਾ ਜਾਵੇ ਤਾਂ ਅਵੱਸ਼ਕ ਹੀ ਹਰ ਵਿਅਕਤੀ ਦੀ ਚਿੱਠੀ ਲਿਖਣ ਦੀ ਕਲਾ ਵਧ ਸਕਦੀ ਹੈ।

ਵੱਖ ਵੱਖ ਕਿਸਮ ਦੀਆਂ ਚਿੱਠੀਆਂ ਲਿਖਣ ਦਾ ਢੰਗ ਵੀ ਵੱਖ ਵੱਖ ਹੈ, ਜਿਵੇਂ ਕਿ ਨਿੱਜੀ ਚਿੱਠੀਆਂ ਲਿਖਣ ਦਾ ਢੰਗ ਸਰਕਾਰੀ ਚਿੱਠੀਆਂ ਲਿਖਣ ਦੇ ਢੰਗ ਨਾਲੋਂ ਵੱਖਰਾ ਹੈ। ਸੋ, ਇਹਨਾਂ ਤਿੰਨਾਂ ਸ਼੍ਰੇਣੀਆਂ ਦੀਆਂ ਚਿੱਠੀਆਂ ਲਿਖਣ ਦੇ ਵੱਖੋ ਵੱਖ ਢੰਗ ਸਿਖਣੇ ਚਾਹੀਦੇ ਹਨ।

ਹਰ ਚਿੱਠੀ ਦੇ ਆਰੰਭ ਅਤੇ ਅੰਤ ਵਿੱਚ ਕੁਝ ਵਿਸ਼ੇਸ਼ ਸ਼ਬਦ ਵਰਤੇ ਜਾਂਦੇ ਹਨ। ਇਹਨਾਂ ਦੀ ਯੋਗ ਵਰਤੋਂ ਬੜੀ ਜ਼ਰੂਰੀ ਹੈ।

ਚਿੱਠੀ ਦੀ ਬੋਲੀ ਸੌਖੀ, ਸਪੱਸ਼ਟ ਅਤੇ ਸ਼ੁੱਧ ਹੋਣੀ ਚਾਹੀਦੀ ਹੈ। ਉਹ ਸ਼ਬਦ ਜਾਂ ਮੁਹਾਵਰੇ ਨਾ ਵਰਤੋ, ਜਿਹਨਾਂ ਦੇ ਅਰਥਾਂ ਦਾ ਤੁਹਾਨੂੰ ਸ਼ੱਕ ਹੋਵੇ। ਲਿਖਾਈ ਸਾਫ਼ ਅਤੇ ਸੁੰਦਰ ਹੋਣੀ ਚਾਹੀਦੀ ਹੈ।

ਵਿਸ਼ਰਾਮ ਚਿੰਨ੍ਹਾਂ (Punctuation) ਦੀ ਯੋਗ ਵਰਤੋਂ ਕੀਤੀ ਜਾਵੇ। ਜੇ ਵਿਸ਼ਰਾਮ ਚਿੰਨ੍ਹਾਂ ਵੱਲ ਖ਼ਾਸ ਧਿਆਨ ਨਾ ਦਿੱਤਾ ਗਿਆ ਤਾਂ ਤੁਹਾਡੀ ਵਾਰਤਾ ਦੇ ਅਰਥ ਗਲਤ ਨਿਕਲ ਸਕਦੇ ਹਨ।

ਖੱਬੇ ਪਾਸੇ ਹਾਸ਼ੀਆ ਜ਼ਰੂਰ ਛੱਡਣਾ ਚਾਹੀਦਾ ਹੈ।

ਚਿੱਠੀ ਦਾ ਸਿਰਨਾਵਾਂ ਠੀਕ ਠੀਕ ਲਿਖਣਾ ਚਾਹੀਦਾ ਹੈ, ਕਿਉਂਕਿ ਜੇ ਸਿਰਨਾਵਾਂ ਗ਼ਲਤ ਹੋਵੇ ਤਾਂ ਚਿੱਠੀ ਆਪਣੀ ਮੰਜ਼ਲ 'ਤੇ ਨਹੀਂ ਪਹੁੰਚੇਗੀ।

ਜਦੋਂ ਚਿੱਠੀ ਸਮਾਪਤ ਕਰੋ ਤਾਂ ਇਸ ਨੂੰ ਇੱਕ ਵਾਰ ਫੇਰ ਜ਼ਰੂਰ ਪੜ੍ਹਨਾ ਚਾਹੀਦਾ ਹੈ। ਜੇ ਕੋਈ ਅੱਖਰ ਛੁੱਟ ਗਿਆ ਹੋਵੇ ਜਾਂ ਗ਼ਲਤ ਲਿਖਿਆ ਗਿਆ ਹੋਵੇ ਤਾਂ ਉਸ ਨੂੰ ਠੀਕ ਕਰ ਦਿਓ।

ਆਮ ਤੌਰ 'ਤੇ ਚਿੱਠੀਆਂ ਨੂੰ ਪੰਜ ਭਾਗਾਂ ਵਿੱਚ ਵੰਡਿਆ ਜਾ ਸਕਦਾ ਹੈ।

1. ਆਰੰਭ, 2. ਸੰਬੋਧਨੀ ਸ਼ਬਦ, 3. ਚਿੱਠੀ ਦਾ ਢਾਂਚਾ, 4. ਅੰਤ, 5. ਸਿਰਨਾਵਾਂ।

ਆਰੰਭ :

ਨਿੱਜੀ ਚਿੱਠੀ ਵਿੱਚ ਸਭ ਤੋਂ ਉੱਤੇ ਸੱਜੇ ਪਾਸੇ ਆਪਣਾ ਪਤਾ ਅਤੇ ਇਸ ਤੋਂ ਥੱਲੇ ਤਰੀਕ ਲਿਖਣੀ ਚਾਹੀਦੀ
ਹੈ; ਜਿਵੇਂ :

240 ਫੋਲਸ਼ਲ ਰੋਡ,

ਕਾਵੈਂਟਰੀ।

10 ਅਕਤੂਬਰ, 1999

ਕਈ ਵਾਰੀ ਦੇਖਿਆ ਗਿਆ ਹੈ ਕਿ ਕਈ ਲੋਕ ਚੋਟੀ ਉੱਤੇ ਵਿਚਕਾਰ ਵਿੱਚ ੧ਓ, ੧ਓ ਸਤਿਗੁਰ ਪ੍ਰਸਾਦਿ
ਜਾਂ ਓਮ ਆਦਿ ਸ਼ਬਦ ਲਿਖ ਦਿੰਦੇ ਹਨ। ਇਹ ਸ਼ਬਦ ਵਪਾਰਿਕ ਜਾਂ ਸਰਕਾਰੀ ਚਿੱਠੀਆਂ ਵਿੱਚ ਨਹੀਂ ਲਿਖੇ
ਜਾਂਦੇ। ਪਤਾ ਲਿਖਣ ਲੱਗਿਆਂ ਵਿਸ਼ਰਾਮ ਚਿੰਨ੍ਹ ਜ਼ਰੂਰ ਵਰਤਣੇ ਚਾਹੀਦੇ ਹਨ।

ਸੰਬੋਧਨ ਸ਼ਬਦ :

ਇਹ ਸ਼ਬਦ ਤਰੀਕ ਵਾਲੀ ਲਾਈਨ ਤੋਂ ਥੱਲੇ ਵਾਲੀ ਲਾਈਨ ਦੇ ਖੱਬੇ ਪਾਸਿਓਂ ਹਾਸ਼ੀਏ ਦੇ ਨਾਲ ਲਿਖਣੇ ਚਾਹੀਦੇ
ਹਨ। ਨਿੱਜੀ ਚਿੱਠੀ ਵਿੱਚ ਵੱਡਿਆਂ ਲਈ ਸਤਿਕਾਰ ਯੋਗ, ਪਰਮ ਸਤਿਕਾਰ ਯੋਗ ਜਾਂ ਆਦਰ ਯੋਗ ਸ਼ਬਦ ਵਰਤੇ
ਜਾਂਦੇ ਹਨ (ਮਾਤਾ, ਪਿਤਾ, ਚਾਚਾ, ਚਾਚੀ ਆਦਿ ਲਈ)। ਜਿਵੇਂ ਸਤਿਕਾਰ ਯੋਗ ਚਾਚੀ ਜੀ ਆਦਿ। ਆਪ ਤੋਂ
ਛੋਟਿਆਂ ਲਈ ਜਾਂ ਹਾਣ ਦਿਆਂ ਲਈ 'ਮੇਰੇ ਪਿਆਰੇ' ਜਾਂ 'ਮੇਰੀ ਪਿਆਰੀ' ਸ਼ਬਦ ਵਰਤੇ ਜਾਂਦੇ ਹਨ; (ਮਿੱਤਰ, ਭਰਾ,
ਭੈਣ, ਸਹੇਲੀ, ਪੁੱਤਰ, ਭਤੀਜਾ ਆਦਿ ਲਈ) ਜਿਵੇਂ : ਪਿਆਰੇ ਮਨਦੀਪ ਆਦਿ।

ਸਰਕਾਰੀ ਜਾਂ ਵਪਾਰਿਕ ਚਿੱਠੀਆਂ ਵਿੱਚ ਸਭ ਤੋਂ ਉੱਪਰ ਸੱਜੇ ਪਾਸੇ ਚਿੱਠੀ ਲਿਖਣ ਵਾਲੇ ਦਾ ਪਤਾ ਲਿਖਿਆ
ਜਾਂਦਾ ਹੈ। ਪਤੇ ਤੋਂ ਥੱਲੇ ਵਾਲੀ ਲਾਈਨ 'ਤੇ ਤਰੀਕ ਲਿਖੀ ਜਾਂਦੀ ਹੈ। ਤਰੀਕ ਤੋਂ ਥੱਲੇ ਵਾਲੀ ਲਾਈਨ ਦੇ
ਖੱਬੇ ਪਾਸੇ ਹਾਸ਼ੀਏ ਦੇ ਨਾਲ ਸੇਵਾ ਵਿਖੇ ਜਾਂ ਸੇਵਾ ਵਿੱਚ ਲਿਖਿਆ ਜਾਂਦਾ ਹੈ ਅਤੇ ਇਸ ਤੋਂ ਅਗਲੀ ਲਾਈਨ
ਵਿੱਚ ਦਰਮਿਆਨ ਵਿੱਚ ਸਰਕਾਰੀ ਅਫਸਰ ਜਾਂ ਕੰਪਨੀ ਦਾ ਪੂਰਾ ਪਤਾ। ਇਸ ਤੋਂ ਅਗਲੀ ਲਾਈਨ ਵਿੱਚ ਖੱਬੇ
ਪਾਸੇ ਹਾਸ਼ੀਏ ਦੇ ਨਾਲ 'ਸ੍ਰੀਮਾਨ ਜੀ' ਜਾਂ 'ਸ੍ਰੀਮਤੀ ਜੀ' ਲਿਖਿਆ ਜਾਂਦਾ ਹੈ। ਜਿਵੇਂ :

15 ਪਾਰਕ ਰੋਡ,

ਸਲੋਹ।

31 ਅਕਤੂਬਰ, 1999

ਸੇਵਾ ਵਿੱਚ,

ਮੈਨੇਜਰ ਸਾਹਿਬ,
ਸੋਸ਼ਲ ਸਿਕਿਉਰਟੀ ਵਿਭਾਗ,
240 ਗਰੀਨ ਲੇਨ,
ਸਲੋਹ।

ਸ੍ਰੀਮਾਨ ਜੀ,

ਚਿੱਠੀ ਦਾ ਢਾਂਚਾ :

ਇਹ ਚਿੱਠੀ ਦਾ ਮੁੱਖ ਭਾਗ ਹੁੰਦਾ ਹੈ, ਕਿਉਂਕਿ ਇਹੀ ਭਾਗ ਹੈ, ਜਿਸ ਵਿੱਚ ਚਿੱਠੀ ਲਿਖਣ ਵਾਲੇ ਨੇ ਆਪਣੇ ਮੰਤਵ ਨੂੰ ਪ੍ਰਗਟ ਕਰਨਾ ਹੈ।

ਨਿੱਜੀ ਚਿੱਠੀਆਂ ਵਿੱਚ ਇਹ ਭਾਗ ਲੰਬਾ ਵੀ ਹੋ ਸਕਦਾ ਹੈ, ਪਰ ਸਰਕਾਰੀ ਅਤੇ ਵਪਾਰਿਕ ਚਿੱਠੀਆਂ ਵਿੱਚ ਕੋਈ ਫ਼ਾਲਤੂ ਗੱਲ ਨਹੀਂ ਲਿਖੀ ਜਾਂਦੀ। ਸਰਕਾਰੀ ਚਿੱਠੀਆਂ ਵਿੱਚ ਗੱਲ ਸ਼ੁਰੂ ਕਰਨ ਤੋਂ ਪਹਿਲਾਂ 'ਸਨਿਮਰ ਬੇਨਤੀ ਹੈ ਕਿ' ਜਾਂ 'ਬੇਨਤੀ ਹੈ ਕਿ' ਆਦਿ ਸ਼ਬਦ ਵਰਤੇ ਜਾਂਦੇ ਹਨ। ਇਸ ਭਾਗ ਵਿੱਚ ਇੱਕ ਤੋਂ ਵੱਧ ਪੈਰੇ ਹੋ ਸਕਦੇ ਹਨ ਅਤੇ ਹਰ ਪੈਰੇ ਦਾ ਇੱਕ ਦੂਜੇ ਨਾਲ ਲਿੰਕ ਹੋਣਾ ਚਾਹੀਦਾ ਹੈ।

ਅੰਤ :

ਚਿੱਠੀ ਦੇ ਅਖ਼ੀਰ ਵਿੱਚ ਸੱਜੇ ਪਾਸੇ ਆਪਣਾ ਨਾਂ ਲਿਖਣ ਤੋਂ ਪਹਿਲਾਂ ਆਪਣਾ ਸੰਬੰਧ ਲਿਖਿਆ ਜਾਂਦਾ ਹੈ। ਨਿੱਜੀ ਚਿੱਠੀਆਂ ਵਿੱਚ ਜਿਵੇਂ ਮਾਤਾ ਪਿਤਾ ਵਾਲੀ ਚਿੱਠੀ ਵਿੱਚ 'ਆਪ ਜੀ ਦਾ ਪਿਆਰਾ ਪੁੱਤਰ ਜਾਂ ਪੁੱਤਰੀ', 'ਆਪ ਜੀ ਦਾ ਆਗਿਆਕਾਰ ਪੁੱਤਰ' ਆਦਿ ਲਿਖਿਆ ਜਾਂਦਾ ਹੈ।

ਹਾਣ ਦੇ ਰਿਸ਼ਤੇਦਾਰ ਜਾਂ ਮਿੱਤਰ ਜਾਂ ਭਰਾ ਆਦਿ ਨੂੰ 'ਤੇਰਾ ਪਿਆਰਾ ਵੀਰ, ਤੇਰੀ ਪਿਆਰੀ ਭੈਣ' ਆਦਿ ਲਿਖਿਆ ਜਾਂਦਾ ਹੈ।

ਛੋਟੇ ਭੈਣ ਭਰਾ ਜਾਂ ਪੁੱਤ ਭਤੀਜੇ ਲਈ 'ਤੇਰਾ ਪਿਆਰਾ ਵੀਰ', 'ਤੇਰੀ ਪਿਆਰੀ ਮਾਤਾ', 'ਤੇਰਾ ਪਿਆਰਾ ਚਾਚਾ' ਆਦਿ ਦੇ ਸ਼ਬਦ ਵਰਤੇ ਜਾਂਦੇ ਹਨ।

ਸਰਕਾਰੀ ਜਾਂ ਵਪਾਰਿਕ ਚਿੱਠੀਆਂ ਦੇ ਅੰਤ ਵਿੱਚ ਸੱਜੇ ਪਾਸੇ 'ਆਪ ਦਾ ਦਾਸ ਜਾਂ ਦਾਸੀ', 'ਆਪ ਦਾ ਸ਼ੁਭਚਿੰਤਕ', 'ਆਪ ਦੀ ਸ਼ੁਭਚਿੰਤਕ', 'ਆਪ ਦਾ ਆਗਿਆਕਾਰ ਜਾਂ ਆਪ ਦੀ ਆਗਿਆਕਾਰਣ' ਵਰਤੇ ਜਾਂਦੇ ਹਨ।

ਸਿਰਨਾਵਾਂ :

ਸਿਰਨਾਵਾਂ ਠੀਕ ਅਤੇ ਸੋਹਣਾ ਕਰਕੇ ਲਿਖਣਾ ਚਾਹੀਦਾ ਹੈ ਤਾਂ ਕਿ ਚੰਗੀ ਤਰ੍ਹਾਂ ਪੜ੍ਹਿਆ ਜਾ ਸਕੇ ਅਤੇ ਚਿੱਠੀ ਆਪਣੀ ਮੰਜ਼ਿਲ 'ਤੇ ਆਸਾਨੀ ਨਾਲ ਪਹੁੰਚ ਸਕੇ।

Examples of Letters : ਚਿੱਠੀਆਂ ਦੇ ਨਮੂਨੇ

(Informal or Private letter)

1. ਤੁਸੀਂ ਪੰਜਾਬ ਤੋਂ ਛੁੱਟੀਆਂ ਕੱਟ ਕੇ ਵਾਪਸ ਆਏ ਹੋ। ਆਪਣੇ ਚਾਚਾ ਜੀ ਨੂੰ ਪੰਜਾਬੀ ਵਿੱਚ ਇੱਕ ਚਿੱਠੀ
    ਲਿਖੋ। ਚਿੱਠੀ ਵਿੱਚ ਹੇਠ ਲਿਖੀਆਂ ਗੱਲਾਂ ਬਾਰੇ ਦੱਸੋ।

    —ਵਾਪਸ ਇੰਗਲੈਂਡ ਪਹੁੰਚਣ ਬਾਰੇ।

    —ਹਵਾਈ ਜਹਾਜ਼ ਦੇ ਸਫ਼ਰ ਬਾਰੇ।

    —ਦਿੱਲੀ ਜਾਂ ਲੰਡਨ ਏਅਰਪੋਰਟ ਦੇ ਸੀਨ ਬਾਰੇ।

    —ਪੰਜਾਬ ਵਿੱਚ ਤੁਹਾਨੂੰ ਕੀ ਚੰਗਾ ਲੱਗਿਆ ਅਤੇ ਕਿਉਂ ?

    —ਪੰਜਾਬ ਵਿਚ ਤੁਹਾਨੂੰ ਕੀ ਚੰਗਾ ਨਹੀਂ ਲੱਗਿਆ ਅਤੇ ਕਿਉਂ ?

    —ਪੰਜਾਬ ਦੁਬਾਰਾ ਜਾਣ ਬਾਰੇ ਤੁਹਾਡੇ ਵਿਚਾਰ।

    —ਆਪਣੇ ਪਰਿਵਾਰ ਬਾਰੇ ਦੋ ਗੱਲਾਂ ਲਿਖੋ।

AQA/NEAB 1999

14

੩੬੬ ਕੌਮਿਊਨਟੀ ਰੋਡ,

ਰਾਵੇਂਟਰੀ ਜੀ. ਬੀ. ੨੩ ਯੂ ਕੇ,

੨੦ ਅਕਤੂਬਰ, ੧੯੬੬ ।

ਸਤਿਕਾਰ ਯੋਗ ਚਾਚਾ ਜੀ,

ਸਭ ਸੁਖੀ ਅਰਾਮ। ਮੈਂ ਪਹਿਲੋਂ ਰਘਾਸ ਇੰਗਲੈਂਡ ਵਲੇ ਵਾਰ ਪਹੁੰਚ ਗਈ ਸੀ। ਤੁਸੀਂ ਕੋਈ ਫਿਕਰ ਨਹੀਂ ਕਰਨਾ। ਜਹਾਜ਼ ਦਾ ਸਫਰ ਬਹੁਤ ਚੰਗਾ ਸੀ ਅਤੇ ਮੈਨੂੰ ਕੋਈ ਤਕਲੀਫ ਨਹੀਂ ਹੋਈ। ਜਹਾਜ਼ ਵਿਚ ਚੰਗਾ ਚੰਗਾ ਆਦਮੀਆਂ ਮਿਲਿਆ ਖਾਣੀ ਸਨ। ਮੈਂ ਤਾਂ ਇਹ ਰਾਹ ਖਾਣੇ ਖਾਣੇ ਤੋਂ ਡਰਦੀ ਸੀ। ਮੈਨੂੰ ਜਹਾਜ਼ ਵਿਚ ਖਾਣਾ ਚੰਗਾਰ ਪਸੰਦ ਨਹੀਂ ਆਇਆ ਕਿਉਂਕਿ ਸਮਾਨ ਨਹੀਂ ਸੀ ਅਤੇ ਠੰਡਾ ਸੀ।

ਜਦੋਂ ਮੈਂ ਲੰਡਨ ਏਅਰ ਪੋਰਟ ਤੇ ਪਹੁੰਚੀ, ਮੇਰੇ ਪਿਤਾ ਜੀ ਅਤੇ ਮਾਤਾ ਜੀ ਮੈਨੂੰ ਲੈਣ ਆਏ ਹੋਏ ਸਨ। ਵਿਚੋਂ ਸਮਾਨ ਬਹੁਤ ਠੰਡਾ ਹੈ। ਜਦੋਂ ਮੈਂ ਲੰਡਨ ਪਹੁੰਚੀ ਸੀ ਤਾਂ ਬੜੀ ਠੰਡ ਲੱਗੀ ਜਾ ਰਹੀ ਸੀ।

ਵਿਚੋਂ ਅਤੇ ਲੰਡਨ ਏਅਰ ਪੋਰਟ ਤੇ ਬਹੁਤ ਦੇਰ ਲਗ ਗਈ। ਲੰਡਨ ਏਅਰਪੋਰਟ ਵਿਚ ਰਾਹ ਆਦਮੀਆਂ ਨੂੰ ਖਾਣੀ ਲੱਗ ਰਹੀ ਹੈ। ਏਅਰ ਪੋਰਟ ਤੇ ਬਹੁਤ ਚੀਜਾਂ ਖਾਣ ਰਹਾਣੀ ਸਨ। ਬਹੁਤ ਚੀਜਾਂ ਦੇ ਰੇਟ ਇਕ ਰੁਪਏ ਸਨ। ਚੰਗਾ ਰੇਟ ਹੁੰਦਾ ਹੈ। ਵਿਚ ਰਾਹ ਚੀਜਾਂ ਦੀ ਸਨ। ਚੀਜਾਂ ਦੇ ਅਸਲ ਰਾਹ ਰੁਪਏ ਸਨ। ਵਿਚ ਆਦਮੀ ਅਤੇ ਵਿਚ ਬਹੁਤ ਰਾਹ ਰਾਹ ਰਹੀ ਜਹਾਜ਼ ਦੀ ਤਰਾਂ ਰਹਿ ਰਹੀ ਹੈ।

ਪੰਜਾਬ ਵਿਚ ਮੈਨੂੰ ਬਹੁਤ ਚੰਗਾ ਲੱਗਿਆ। ਜਦ ਤੋਂ ਵੱਧ ਮੈਨੂੰ ਚੰਗਾ ਲੱਗਿਆ। ਬਹੁਤ ਖੁਸ਼ਬੂਦੀ ਸੀ। ਇੱਥੇ ਜਾ ਕੇ ਮੇਰੇ ਰਾਹ ਬਹੁਤ ਸਾਰੇ ਆਈ। ਵਿਚ ਰਾਹ ਰੇਟ ਚੀਜਾਂ ਦੀ ਜਹਾਜ਼ੀ ਵਿਚ ਬਹੁਤ ਚੰਗਾ ਰੂਪ ਰਾਹ ਸਨ। ਚੰਗ ਰਾਹ ਦੇ ਮੈਨੂੰ ਬਹੁਤ ਖੁਸ਼ੀ ਹੋਈ। ਪੰਜਾਬ ਦੇ ਲੋਕ ਬਹੁਤ ਚੰਗੇ ਚੰਗੇ। ਰਾਹ ਕੋਈ ਵੀ ਨੇ ਤੂੰ ਬਹੁਤ ਚੰਗਾ ਕਰਦੇ ਸਨ। ਰਾਹ ਪਸੰਦ ਹੈ। ਵਿਚ ਰਾਹ ਖੇਤਾਂ ਵਿਚ ਨੇਕੀ ਕਰ ਬਹੁਤ ਖੁਸ਼ ਰਹਿੰਦੇ। ਪੰਜਾਬ ਦਾ ਖਾਣਾ ਵੀ ਬਹੁਤ ਖਾਂਦਾ ਸੀ।

15

ਪੰਜਾਬ ਵਿੱਚ ਸਾਨੂੰ ਦਾੜੇਦਰ ਵਿਜ਼ਬਰ ਅੱਜ ਤਾਂ ਆਇਆ। ਬੇਰੀ ਦਾੜੇਬਰ ਦੇ
ਗਰਜਾਂ ਦੀ ਬੇਗੀ ਪਰਚਾਰ ਤਾਂ ਰੇਹੇ ਅਜੇ ਵਿੱਚ ਰੁਜੇ ਦੇ ਸਾਨੇ ਤਾਰੇ ਦਾ
ਬੇਗਿਆ ਰਾਨੇ ਹਨ। ਵਿਦੇ ਰਾਨੇ ਹਨ ਵੇਰ ਕਿਦੇ ਨਾ ਕਿਦੇ ਅੱਤਕਾੜੇ ਰੇਹੇ ਰਹਿੰਦੇ ਹਨ।
ਜੋਤਾਂ ਦੇ ਪੰਜਾਬ ਤੇ ਕਿੱਥੀ ਤੋਂ ਆ ਰਹੀ ਹੀ ਤਾਂ ਸਾਨੇ ਵਿੱਚ ਦੇ ਵਿਸ
ਅੱਤਕਾੜੇ ਰੇਹੇ ਰਹੇ ਹੀ।

ਸੋ ਤਾਰੇਤਾ ਤਾਂ ਕਿ ਜਿੰਨੀ ਜਲਦੀ ਹੋਵੇ ਸੋ ਵੇਰ ਪੰਜਾਬ ਜਾਵਾਂ। ਸੋ ਵੇਰਿੰਦ
ਭਰਾਂਗੀ ਕਿ ਅਸਾਨੇ ਧਾਰ ਗਰਮਾਇਆਂ ਵਾਸਾਂ ਛੁਟੀਆਂ ਵਿੱਚ ਜਰਬ ਪੰਜਾਬ
ਸੂ ਜਾਵਾਂ। ਵਿਸ ਧਾਰੀ ਸੇਰੇ ਸਾਰਾ ਪਿਤਾ ਸੀ ਤੀ ਸੇਰੇ ਜਾਰ ਆਇਤੇਸੇ।
ਭਾ ਦੀ ਪੰਜਾਬ ਜਾਰ ਬਾਰੇ ਰਕੀ ਸਾਜਾਂ ਤੋਂ ਸਾਰ ਹਤ ਹਨ।

ਵਿਦੇ ਸਾਰਾ ਸਾਰਾ ਪਰਿਵਾਰ ਕੁਝ ਗਾਰ ਤਾਂ। ਸੇਰੇ ਵੱਡੇ ਭਰਾ ਜੀ ਸਰਕਾਰਿਵੇ
ਅਧਿਆਪਕ ਦੀ ਨੌਕਰੀ ਜਿਸ ਗਰੀ ਤਾਂ। ਪਿਤਾ ਜੀ ਅਜੇਰੇ ਧਾਰ ਰਹਿਰਾਇਰ
ਤੇ ਜਾਵੇਗਾ। ਸਾਰਾ ਪਰਿਵਾਰ ਤਾਰੀਜੂ ਸਾਰ ਜੀ ਪ੍ਰਾਤ ਧਾਰ ਰਹਰਾ ਤਾਂ।
ਅਸਾਂ ਤਾਰੇ ਤਾਂ ਕਿ ਤਾਰੀ ਦੀ ਜਿੰਦਾਤੇ ਆਰਤ ਤਾ ਪੂੰਗਰਾਮ ਬੁਰਾਵਾਂ।

ਸਾਰੇ ਸਾਰਿਆਂ ਵੇਰੇਂ ਤਾਰਤੇ ਸਾਰੇ ਪਰਿਵਾਰ ਜੀ ਖਰੇ ਧੂ ਅਗਾਰਾ ਆਸ ਤਾਂ
ਕਿ ਤੁਸਾਂ ਵਿਰੀ ਤਾ ਉੱਤਰ ਜਰਰ ਦੇਵਗੇ।

ਤਾਰਤੀ ਪਿਆਰੀ ਬੇਟੀਵੰ,
ਜਸਵੰ।

2. ਆਪਣੀ ਚਾਚੀ ਜੀ ਨੂੰ ਇੱਕ ਚਿੱਠੀ ਲਿਖੋ ਜੋ ਕਿ ਚੰਗੀ ਪੜ੍ਹੀ ਲਿਖੀ ਹੈ ਅਤੇ ਡਾਕਟਰ ਲੱਗੀ ਹੋਈ ਹੈ। ਇਹ ਸਲਾਹ ਲੈਣ ਲਈ ਕਿ 'ਏ' ਲੈਵਲ ਪਾਸ ਕਰਨ ਤੋਂ ਬਾਅਦ ਤੁਹਾਨੂੰ ਕੀ ਕਰਨਾ ਚਾਹੀਦਾ ਹੈ। ਤੁਸੀਂ ਆਪਣੀ ਚਿੱਠੀ ਵਿੱਚ ਹੇਠ ਲਿਖੀਆਂ ਗੱਲਾਂ ਬਾਰੇ ਲਿਖ ਸਕਦੇ ਹੋ।

—ਆਪਣੀ ਸਕੂਲ ਦੀ ਪੜ੍ਹਾਈ ਬਾਰੇ

—'ਏ' ਲੈਵਲ ਦੀ ਪ੍ਰੀਖਿਆ ਬਾਰੇ

—ਅੱਗੇ ਪੜ੍ਹਨ ਬਾਰੇ ਵਿਚਾਰ

—ਡਾਕਟਰ ਬਣਨ ਬਾਰੇ ਵਿਚਾਰ

—ਚਾਚੀ ਦੀ ਰਾਏ ਪੁੱਛਣਾ

—ਮਾਤਾ ਪਿਤਾ ਦੇ ਵਿਚਾਰ

—ਚਿੱਠੀ ਨੂੰ ਠੀਕ ਢੰਗ ਨਾਲ ਸ਼ੁਰੂ ਅਤੇ ਖ਼ਤਮ ਕਰੋ।

77, ਮਾਰਚ ਐਂਡ ਰੋਡ,
ਵੈਨਜ਼ਫੀਲਡ
20 ਅਕਤੂਬਰ, 1999

ਸਤਿਕਾਰਯੋਗ ਚਾਚੀ ਜੀ,

ਸਤਿ ਸ੍ਰੀ ਅਕਾਲ। ਮੇਰੀ 'ਏ' ਲੈਵਲ ਦੀ ਪ੍ਰੀਖਿਆ ਖ਼ਤਮ ਹੋ ਗਈ ਹੈ। ਮੈਂ ਇਸ ਸਾਲ ਫ਼ਿਜ਼ਿਕਸ, ਕੈਮਿਸਟਰੀ ਅਤੇ ਬਾਇਓਲੋਜੀ ਦੀ ਪ੍ਰੀਖਿਆ ਦਿੱਤੀ ਹੈ। ਤਿੰਨਾਂ ਹੀ ਵਿਸ਼ਿਆਂ ਦੇ ਪਰਚੇ ਬਹੁਤ ਚੰਗੇ ਹੋ ਗਏ ਹਨ। ਕੈਮਿਸਟਰੀ ਅਤੇ ਬਾਇਓਲੋਜੀ ਵਿੱਚ ਤਾਂ ਮੈਨੂੰ ਪੱਕੀ ਉਮੀਦ ਹੈ ਕਿ ਮੈਂ 'ਏ' ਗਰੇਡ ਲੈ ਜਾਵਾਂਗੀ। ਫ਼ਿਜ਼ਿਕਸ ਦਾ ਪਰਚਾ ਇਸ ਸਾਲ ਕੁਝ ਔਖਾ ਸੀ ਪਰ ਫੇਰ ਵੀ ਮੈਂ ਜੇ 'ਏ' ਗਰੇਡ ਨਹੀਂ ਤਾਂ 'ਬੀ' ਗਰੇਡ ਦੀ ਜ਼ਰੂਰ ਆਸ ਰੱਖਦੀ ਹਾਂ। ਇਹ ਤਾਂ ਤੁਹਾਨੂੰ ਪਹਿਲਾਂ ਹੀ ਪਤਾ ਹੈ ਕਿ ਮੈਂ 8 ਜੀ.ਸੀ.ਐੱਸ.ਈ. ਕੀਤੇ ਹਨ। ਮੈਂ ਅਜੇ ਤੱਕ ਕੋਈ ਫ਼ੈਸਲਾ ਨਹੀਂ ਕਰ ਸਕੀ ਕਿ ਮੈਨੂੰ ਅੱਗੇ ਕੀ ਕਰਨਾ ਚਾਹੀਦਾ ਹੈ।

ਮੇਰਾ ਜੀ ਤਾਂ ਮੈਡੀਕਲ ਲਾਈਨ ਵਿੱਚ ਜਾਣ ਨੂੰ ਕਰਦਾ ਹੈ ਅਤੇ ਆਸ ਹੈ ਕਿ ਮੇਰੇ 'ਏ' ਲੈਵਲ ਦੇ ਗਰੇਡ ਵੀ ਮੈਡੀਕਲ ਦੇ ਦਾਖਲੇ ਲਈ ਠੀਕ ਹੋਣਗੇ। ਪਰ ਜਦੋਂ ਮੈਂ ਇਹ ਸੋਚਦੀ ਹਾਂ ਕਿ ਮੈਡੀਕਲ ਵਿੱਚ ਛੇ ਸਾਲ ਲਗਾਤਾਰ ਕਠਨ ਮਿਹਨਤ ਕਰਨੀ ਪਵੇਗੀ, ਜਿਹੜਾ ਕਿ ਬਹੁਤ ਲੰਬਾ ਸਮਾਂ ਹੈ, ਮੈਂ ਇਹ ਸੋਚਣ ਲੱਗ ਪੈਂਦੀ ਹਾਂ ਕਿ ਕਿਉਂ ਨਾ ਕਿਸੇ ਚੰਗੀ ਨੌਕਰੀ ਲਈ ਅਪਲਾਈ ਕੀਤਾ ਜਾਵੇ। ਜੇ ਕਿਸੇ ਦਫ਼ਤਰ ਵਿੱਚ ਕਲੈਰੀਕਲ ਨੌਕਰੀ ਮਿਲ ਜਾਵੇ ਤਾਂ ਚੰਗਾ ਹੈ। ਮੈਂ ਹਰ ਰੋਜ਼ ਇਨ੍ਹਾਂ ਖ਼ਿਆਲਾਂ ਵਿੱਚ ਡੁਬੀ ਰਹਿੰਦੀ ਹਾਂ ਅਤੇ ਅਜੇ ਤੱਕ ਫ਼ੈਸਲਾ ਕਰਨ ਤੋਂ ਅਸਮਰਥ ਹਾਂ।

ਤੁਸੀਂ ਕਿਰਪਾ ਕਰਕੇ ਆਪਣੀ ਰਾਏ ਲਿਖਣਾ ਕਿ ਮੈਨੂੰ ਕੀ ਕਰਨਾ ਚਾਹੀਦਾ ਹੈ। ਤੁਸੀਂ ਮੇਰੇ ਬਾਰੇ ਸੱਭ ਕੁਝ ਜਾਣਦੇ ਹੋ। ਜੋ ਕੁਝ ਤੁਸੀਂ ਕਹੋਗੇ ਮੈਂ ਉਹੋ ਹੀ ਕਰਾਂਗੀ। ਮਾਤਾ ਜੀ ਅਤੇ ਪਿਤਾ ਜੀ ਵੀ ਇਹ ਕਹਿੰਦੇ ਹਨ ਕਿ ਤੂੰ ਆਪਣੀ ਚਾਚੀ ਜੀ ਦੀ ਸਲਾਹ ਲੈ ਲੈ। ਉਹ ਕਹਿੰਦੇ ਹਨ ਕਿ ਜਿਸ ਤਰ੍ਹਾਂ ਤੂੰ ਅਤੇ ਤੇਰੀ ਚਾਚੀ ਜੀ ਫ਼ੈਸਲਾ ਕਰਨ ਸਾਨੂੰ ਮਨਜ਼ੂਰ ਹੈ।

ਚਾਚਾ ਜੀ ਨੂੰ ਸਤਿ ਸ੍ਰੀ ਅਕਾਲ। ਰਾਣੀ ਨੂੰ ਪਿਆਰ।

ਆਪ ਦੀ ਆਗਿਆਕਾਰ ਭਤੀਜੀ,
ਰਾਜਿੰਦਰ।

3. **ਵਪਾਰਕ ਚਿੱਠੀ ਦਾ ਇੱਕ ਨਮੂਨਾ**
(Business letters or Formal letters)

ਕਿਸੇ ਕਿਤਾਬਾਂ ਵੇਚਣ ਵਾਲੇ ਨੂੰ ਕੁਝ ਕਿਤਾਬਾਂ ਪਾਰਸਲ ਰਾਹੀਂ ਭੇਜਣ ਲਈ ਚਿੱਠੀ ਲਿਖੋ।

152 ਗੋਨਜ਼ ਬਰੋ ਰੋਡ,
ਸਿਡਨਮ ਅਸਟੇਟ,
ਲਮਿੰਗਟਨ ਸਪਾ।
19 ਸਿਤੰਬਰ, 1999

ਸੇਵਾ ਵਿੱਚ,

ਮੈਨੇਜਰ ਸਾਹਿਬ,
ਵਿਰਦੀ ਬੁਕ ਸਟਾਲ,
102, ਦੀ ਗਰੀਨ,
ਸਾਊਥਆਲ, ਮਿਡੈਕਸ।

ਸ੍ਰੀਮਾਨ ਜੀ,

ਬੇਨਤੀ ਹੈ ਕਿ ਮੈਨੂੰ ਨਿਮਨ ਲਿਖਤ ਪੁਸਤਕਾਂ ਦੀ ਇੱਕ ਇੱਕ ਕਾਪੀ ਛੇਤੀ ਤੋਂ ਛੇਤੀ ਪਾਰਸਲ ਰਾਹੀਂ ਭੇਜਣ ਦੀ ਕ੍ਰਿਪਾਲਤਾ ਕਰਨੀ। ਮੈਨੂੰ ਇਨ੍ਹਾਂ ਪੁਸਤਕਾਂ ਦੀ ਬਹੁਤ ਜਲਦੀ ਲੋੜ ਹੈ।

ਧੰਨਵਾਦੀ ਹੋਵਾਂਗਾ।

1. ਜੀ.ਸੀ.ਐੱਸ.ਈ. ਪੰਜਾਬੀ
2. ਸੌਖੀ ਪੰਜਾਬੀ ਪਹਿਲਾ ਭਾਗ
3. ਸੌਖੀ ਪੰਜਾਬੀ ਦੂਜਾ ਭਾਗ
4. ਸੌਖੀ ਪੰਜਾਬੀ ਤੀਜਾ ਭਾਗ

ਆਪ ਜੀ ਦਾ ਸ਼ੁਭਚਿੰਤਕ,
ਉਜਾਗਰ ਸਿੰਘ।

4. Writing an article or account

Candidates are required to write a text which demonstrates their ability to write discriptively or imaginatively, e.g. an article, a letter, publicity material. It is question 2 in the Higher Tier test. As in question one, candidates are required to complete seven tasks and demonstrate their ability to write on past, present and future events, expressing their personal opinions.

Candidates are required to go beyond the minimum level of response in each task. This means that an extra piece of information, normally in the form of a phrase or clause should be added. These pieces of information are called developments. Only one development is accepted per task.

The three criteria, Content, Use of Language and Accuracy each receive equal weighting. Under each category, candidates are awarded upto 8 marks, according to the level of performance, giving a maximum of 24 marks.

It is very important to understand how this question is marked. For example, a candidate completing four tasks will not score any mark and a candidate completing all seven tasks and if there is no development, will score only one mark for content. To score 8 marks for content a candidate is required to complete all seven tasks and each task should have one development. Teachers and students are advised to study Part I and II of the mark scheme which is available from the Examination Board.

Example :

1. ਆਪਣੇ ਸਕੂਲ ਦੇ ਰਸਾਲੇ ਲਈ ਇੱਕ ਲੇਖ ਲਿਖੋ। ਇਸ ਵਿੱਚ ਹੇਠ ਲਿਖੀਆਂ ਗੱਲਾਂ ਬਾਰੇ ਦੱਸੋ।

   —ਸਕੂਲ ਦੀ ਪੜ੍ਹਾਈ ਖ਼ਤਮ ਕਰਨ ਤੋਂ ਬਾਅਦ ਤੁਸੀਂ ਕੀ ਕਰੋਗੇ ?

   —ਤੁਹਾਡੀ ਮਨਪਸੰਦ ਨੌਕਰੀ।

   —ਤੁਸੀਂ ਇਹ ਨੌਕਰੀ ਕਿਉਂ ਲੈਣੀ ਚਾਹੁੰਦੇ ਹੋ ?

   —ਨੌਕਰੀ ਸੰਬੰਧੀ ਕੋਈ ਤਜਰਬਾ।

   —ਅੱਜ ਕੱਲ੍ਹ ਨੌਕਰੀਆਂ ਲੈਣ ਲਈ ਆਉਣ ਵਾਲੀਆਂ ਮੁਸ਼ਕਲਾਂ।

   —ਜੇ ਤੁਹਾਨੂੰ ਤੁਹਾਡੇ ਮਨਪਸੰਦ ਦੀ ਨੌਕਰੀ ਨਾ ਮਿਲੀ ਤਾਂ ਤੁਸੀਂ ਕੀ ਕਰੋਗੇ ਅਤੇ ਕਿਉਂ ?

   —ਵੱਧ ਨੌਕਰੀਆਂ ਪੈਦਾ ਕਰਨ ਲਈ ਸਰਕਾਰ ਨੂੰ ਕੀ ਸੁਝਾਅ ਦੇਵੋਗੇ ?

AQA/NEAB 1998

Writing a picture essay or story

Example : Write a story in your own words based on the following pictures.

ਉਦਾਹਰਨ : ਹੇਠ ਦਿੱਤੀਆਂ ਤਸਵੀਰਾਂ ਦੀ ਸਹਾਇਤਾ ਨਾਲ ਆਪਣੇ ਸ਼ਬਦਾਂ ਵਿੱਚ ਇੱਕ ਕਹਾਣੀ ਲਿਖੋ।

1

2

3

4

The following suggestions can be useful for writing a good story.

i) Read the questions carefully and make sure what is required, i.e. the number of words, the tense etc.

ii) Look at all the pictures in the right sequence before starting to write. The pictures are usually numbered 1, 2, 3, 4.

iii) Think of some questions about each picture, i.e. who is doing what, when and where ?

iv) Think about the possible answers to your questions.

v) Now think about the words and phrases which can link answers of the pictures to make an interesting story.

vi) It is always useful to give names to the people and places shown in the pictures.

vii) While writing the answers to your questions, make sure that they form an interesting and continuous story.

Example

Picture 1

(a) ਮੁੰਡਾ ਕਿੱਥੇ ਹੈ ?

(b) ਮੁੰਡਾ ਕੀ ਕਰ ਰਿਹਾ ਹੈ ?

(c) ਘਾਹ ਕੱਟਣ ਵਾਲੀ ਮਸ਼ੀਨ ਕਿੱਥੇ ਹੈ ?

(d) ਸ਼ੈੱਡ ਵਿੱਚ ਕੀ ਹੈ ?

(e) ਮੌਸਮ ਕਿਸ ਤਰ੍ਹਾਂ ਦਾ ਹੈ ?

1.

2.

Picture 2

(a) ਆਦਮੀ ਕੀ ਕਰਦਾ ਹੈ ?

(b) ਉਸ ਦੇ ਹੱਥ ਵਿੱਚ ਕੀ ਹੈ ?

(c) ਉਸ ਦੀ ਕਾਰ ਕਿੱਥੇ ਹੈ ?

(d) ਉਹ ਕਿੱਥੋਂ ਆਇਆ ਹੈ ?

Picture 3

(a) ਮੁੰਡਾ ਕੀ ਕਰਦਾ ਹੈ ?
(b) ਉਹ ਕਿੱਥੇ ਬੈਠਾ ਹੈ ?
(c) ਉਸ ਦੇ ਕਮਰੇ ਵਿੱਚ ਕੀ ਹੈ ?

3.

4.

Picture 4

(a) ਕੈਫ਼ੇ ਦਾ ਕੀ ਨਾਂ ਹੈ ?
(b) ਕੈਫ਼ੇ ਵਿੱਚ ਕੌਣ ਹੈ ?
(c) ਉਹ ਕੀ ਕਰਨ ਆਏ ਹਨ ?

You have thought of the possible questions and now think about their answers.

Answers

Picture 1

(a) ਮੁੰਡਾ ਆਪਣੇ ਬਗੀਚੇ (ਗਾਰਡਨ) ਵਿੱਚ ਹੈ।
(b) ਉਹ ਫੁੱਲਾਂ ਨੂੰ ਪਾਣੀ ਪਾ ਰਿਹਾ ਹੈ।
(c) ਘਾਹ ਕੱਟਣ ਵਾਲੀ ਮਸ਼ੀਨ ਸ਼ੈੱਡ ਦੇ ਕੋਲ ਪਈ ਹੈ।
(d) ਸ਼ੈੱਡ ਵਿੱਚ ਕਾਫ਼ੀ ਫ਼ਾਲਤੂ ਸਾਮਾਨ ਹੈ।
(e) ਮੌਸਮ ਬਹੁਤ ਸੁਹਣਾ ਹੈ। ਗਰਮੀਆਂ ਦਾ ਮੌਸਮ ਹੈ।

Picture 2

(a) ਆਦਮੀ ਚਾਬੀਆਂ ਨਾਲ ਆਪਣੇ ਘਰ ਦਾ ਜੰਦਰਾ (ਤਾਲਾ) ਖੋਲ੍ਹਦਾ ਹੈ।
(b) ਉਸ ਦੇ ਹੱਥ ਵਿੱਚ ਬਰੀਫ਼ ਕੇਸ ਹੈ।
(c) ਉਸ ਦੀ ਕਾਰ ਗੈਰਿਜ ਦੇ ਸਾਹਮਣੇ ਹੈ।
(d) ਉਹ ਆਪਣੇ ਕੰਮ ਤੋਂ ਆਇਆ ਹੈ।

Picture 3

(a) ਮੁੰਡਾ ਲਿਖ ਰਿਹਾ ਹੈ।

(b) ਉਹ ਕੁਰਸੀ 'ਤੇ ਬੈਠਾ ਹੈ।

(c) ਉਸ ਦੇ ਕਮਰੇ ਵਿੱਚ ਇੱਕ ਕੁਰਸੀ, ਇੱਕ ਮੇਜ਼ ਅਤੇ ਕੰਧ 'ਤੇ ਹਿਸਾਬ ਦੇ ਕਈ ਚਾਰਟ ਹਨ।

Picture 4

(a) ਕੈਫ਼ੇ ਦਾ ਨਾਂ ਪੀਟਸ ਕੈਫ਼ੇ ਹੈ।

(b) ਕੈਫ਼ੇ ਵਿੱਚ ਮੁੰਡਾ, ਉਸ ਦੇ ਮਾਤਾ ਪਿਤਾ ਅਤੇ ਉਸਦੀ ਨਿੱਕੀ ਭੈਣ ਹੈ।

(c) ਉਹ ਆਈਸ ਕਰੀਮ ਖਾਣ ਅਤੇ ਕੌਂਫ਼ੀ ਪੀਣ ਆਏ ਹਨ।

You now know the questions and their possible answers about each of the pictures. Give names to the characters in the picture and also think about the words and phrases which can link answers to make an interesting story.

Sometimes you may need to rearrange your sentences or even add other relevant information to make your story better.

Here is a complete story or a picture essay about these four pictures.

ਗਰਮੀਆਂ ਦਾ ਮੌਸਮ ਹੈ। ਬਾਹਰ ਧੁੱਪ ਨਿਕਲੀ ਹੋਈ ਹੈ। ਮਨਦੀਪ ਨੇ ਘਾਹ ਕੱਟਣ ਵਾਲੀ ਮਸ਼ੀਨ ਨਾਲ ਘਾਹ ਕੱਟਿਆ ਹੈ। ਉਹ ਬਾਲਟੀ ਨਾਲ ਫੁੱਲਾਂ ਨੂੰ ਪਾਣੀ ਪਾ ਰਿਹਾ ਹੈ।

ਮਨਦੀਪ ਦੇ ਪਿਤਾ ਜੀ ਆਪਣੇ ਕੰਮ ਤੋਂ ਵਾਪਸ ਆਏ ਹਨ। ਉਹਨਾਂ ਨੇ ਆਪਣੀ ਕਾਰ ਗੈਰਿਜ ਦੇ ਸਾਹਮਣੇ ਖੜੀ ਕੀਤੀ ਹੈ ਅਤੇ ਉਹ ਚਾਬੀ ਨਾਲ ਆਪਣੇ ਘਰ ਦਾ ਦਰਵਾਜ਼ਾ ਖੋਲ੍ਹ ਰਹੇ ਹਨ। ਉਹਨਾਂ ਦੇ ਹੱਥ ਵਿੱਚ ਉਹਨਾਂ ਦਾ ਬਰੀਫ਼ ਕੇਸ ਹੈ। ਘਰ ਦੇ ਅੰਦਰ ਆ ਕੇ ਪਿਤਾ ਜੀ ਮਨਦੀਪ ਨੂੰ ਥੋੜ੍ਹਾ ਚਿਰ ਪੜ੍ਹਨ ਲਈ ਕਹਿੰਦੇ ਹਨ। ਉਹ ਕਹਿੰਦੇ ਹਨ ਕਿ ਮਨਦੀਪ ਤੂੰ ਥੋੜ੍ਹਾ ਚਿਰ ਆਪਣਾ ਸਕੂਲ ਦਾ ਕੰਮ ਕਰਨਾ ਹੈ, ਫੇਰ ਅਸੀਂ ਸਾਰੇ ਕੈਫ਼ੇ ਨੂੰ ਚੱਲਾਂਗੇ।

ਮਨਦੀਪ ਆਪਣੇ ਕਮਰੇ ਵਿੱਚ ਕੁਰਸੀ 'ਤੇ ਬੈਠ ਕੇ ਆਪਣੇ ਸਕੂਲ ਦਾ ਕੰਮ ਕਰਨ ਲੱਗ ਜਾਂਦਾ ਹੈ। ਉਸ ਦੇ ਕਮਰੇ ਵਿੱਚ ਇੱਕ ਵੱਡਾ ਮੇਜ਼ ਹੈ। ਮਨਦੀਪ ਹਿਸਾਬ ਵਿੱਚ ਬਹੁਤ ਹੁਸ਼ਿਆਰ ਹੈ। ਉਸ ਦੇ ਕਮਰੇ ਵਿੱਚ ਬਹੁਤ ਸਾਰੇ ਹਿਸਾਬ ਦੇ ਚਾਰਟ ਹਨ। ਇਹ ਚਾਰਟ ਉਸ ਨੇ ਆਪ ਬਣਾਏ ਹਨ।

ਇਸ ਤੋਂ ਬਾਅਦ ਮਨਦੀਪ, ਉਸ ਦੇ ਪਿਤਾ ਜੀ, ਮਾਤਾ ਜੀ ਅਤੇ ਉਸਦੀ ਛੋਟੀ ਭੈਣ ਮਨਪਰੀਤ ਆਪਣੀ ਕਾਰ ਵਿੱਚ ਵਾਲਸਗਰੇਵ ਰੋਡ ਵਾਲੀ ਪੀਟਸ ਕੈਫ਼ੇ 'ਤੇ ਚਲੇ ਜਾਂਦੇ ਹਨ। ਕੈਫ਼ੇ ਵਿੱਚ ਪਹੁੰਚ ਕੇ ਉਹ ਇੱਕ ਮੇਜ਼ ਦੇ ਆਲੇ ਦੁਆਲੇ ਕੁਰਸੀਆਂ 'ਤੇ ਬੈਠ ਜਾਂਦੇ ਹਨ। ਮਨਦੀਪ ਦੇ ਪਿਤਾ ਜੀ ਨੇ ਮਨਦੀਪ ਅਤੇ ਮਨਪਰੀਤ ਲਈ ਆਈਸ ਕਰੀਮ ਅਤੇ ਆਪਣੀ ਪਤਨੀ ਅਤੇ ਆਪਣੇ ਵਾਸਤੇ ਇੱਕ ਇੱਕ ਕੌਂਫ਼ੀ ਦਾ ਕੱਪ ਲਿਆਉਣ ਲਈ ਕਿਹਾ ਹੈ। ਮਨਦੀਪ ਅਤੇ ਮਨਪਰੀਤ ਆਈਸ ਕਰੀਮ ਖਾਣਾ ਬਹੁਤ ਪਸੰਦ ਕਰਦੇ ਹਨ।

Area of Experience A—Everyday Activities

A-2 School

Writing

1. Add five more subjects, in Panjabi to the list.
    1. ਅੰਗਰੇਜ਼ੀ
    2.
    3.
    4.
    5.
    6.   FA-2

2. Add four more items of school uniform, in Panjabi to the list.
    1. ਟਾਈ
    2.
    3.
    4.
    5.   FA-2

3. Add four more items of school meal, in Panjabi to the list.
    1. ਚਿਪਸ
    2.
    3.
    4.
    5.   FA-2

4. Your brother's teacher phoned while your parents were out. Write this telephone message in Panjabi for your father/mother including the followings :
    —ਕਿਸ ਦਾ ਟੈਲੀਫ਼ੂਨ ਸੀ ?
    —ਟੈਲੀਫ਼ੂਨ ਕਦੋਂ ਆਇਆ ?
    —ਸਕੂਲ ਕਿਉਂ ਸੱਦਿਆ ?
    —ਸਕੂਲ ਵਿੱਚ ਕਿਸ ਨੂੰ ਮਿਲਣਾ ?
    —ਸਕੂਲ ਨੂੰ ਕਦੋਂ ਟੈਲੀਫ਼ੂਨ ਕਰਨਾ ?   FA-2

5. ਆਪਣੇ ਪੰਜਾਬੀ ਦੇ ਕਮਰੇ ਬਾਰੇ ਕੋਈ ਪੰਜ ਵਾਕ ਲਿਖੋ।   FA-2

6. ਹੇਠ ਲਿਖੀ ਅਧੂਰੀ ਚਿੱਠੀ ਨੂੰ ਪੂਰਾ ਕਰੋ। ਚਿੱਠੀ ਨੂੰ ਪੂਰਾ ਕਰਨ ਲਈ ਤੁਸੀਂ ਹੇਠ ਲਿਖੀਆਂ ਗੱਲਾਂ ਬਾਰੇ ਲਿਖ ਸਕਦੇ ਹੋ :

ਸਕੂਲ ਦਾ ਨਾਂ.....ਐਡਰੈਸ.....ਕਿਸ ਤਰ੍ਹਾਂ ਦਾ ਸਕੂਲ.....ਪ੍ਰਾਇਮਰੀ.....ਸੈਕੰਡਰੀ ਜਾਂ ਕੰਪਰੀਹੈਨਸਿਵ, ਸਕੂਲ ਦੀ ਬਿਲਡਿੰਗ.....ਲਾਇਬਰੇਰੀ.....ਸਿਨਮਾ.....ਥੀਏਟਰ.....ਹਾਲ.....ਪੜ੍ਹਾਈ ਦੇ ਕਮਰੇ.....ਸਕੂਲ ਸਟਾਫ਼.....ਹੈਡਮਾਸਟਰ ਅਤੇ ਬਾਕੀ ਅਧਿਆਪਕ.....ਸਕੂਲ ਵਿੱਚ ਪੜ੍ਹਾਈ.....ਵਿਸ਼ੇ.....ਸਕੂਲ ਦੇ ਨਤੀਜੇ.....ਬਾਕੀ ਕ੍ਰਿਆਵਾਂ.....ਸਕੂਲ ਦੀ ਵਰਦੀ.....ਸਕੂਲ ਦੇ ਨਿਯਮ.....ਖੇਡਾਂ.....ਖੇਡਣ ਦੇ ਮੈਦਾਨ।

231 ਈਗਲ ਸਟਰੀਟ

ਵਾਲਸਲ

15 ਸਤੰਬਰ, 1999

ਪਿਆਰੇ/ਪਿਆਰੀ ਸੁਰਜੀਤ,

ਸਤਿ ਸ੍ਰੀ ਅਕਾਲ। ਤੁਹਾਡੀ ਚਿੱਠੀ ਮਿਲ ਗਈ ਹੈ। ਤੁਹਾਡੇ ਸਕੂਲ ਬਾਰੇ ਪੜ੍ਹ ਕੇ ਬਹੁਤ ਖ਼ੁਸ਼ੀ ਹੋਈ। ਹੁਣ ਮੈਂ ਤੁਹਾਨੂੰ ਆਪਣੇ ਸਕੂਲ ਬਾਰੇ ਦੱਸਦਾ/ਦੱਸਦੀ ਹਾਂ।

ਮੇਰੇ ਸਕੂਲ ਦਾ ਨਾਂ...

....

....

....

....

....

....F/H A-2

7. Your cousin in the Panjab wants to know about your school.

ਆਪਣੇ ਚਾਚੇ ਦੇ ਮੁੰਡੇ/ਕੁੜੀ ਨੂੰ ਜੋ ਪੰਜਾਬ ਵਿੱਚ ਰਹਿੰਦਾ/ਰਹਿੰਦੀ ਹੈ, ਇੱਕ ਚਿੱਠੀ ਲਿਖੋ। ਇਸ ਵਿੱਚ ਤੁਸੀਂ ਹੇਠ ਲਿਖੀਆਂ ਗੱਲਾਂ ਬਾਰੇ ਲਿਖ ਸਕਦੇ ਹੋ :

—ਸਕੂਲ ਕਦੋਂ ਸ਼ੁਰੂ ਹੁੰਦਾ ਹੈ ਅਤੇ ਕਦੋਂ ਖ਼ਤਮ ਹੁੰਦਾ ਹੈ ?

—ਘਰ ਤੋਂ ਸਕੂਲ ਤੱਕ ਸਫ਼ਰ।

—ਦਿਨ ਵਿੱਚ ਕਿੰਨੇ ਲੈਸਨ ਅਤੇ ਕਿੰਨੇ ਕਿੰਨੇ ਸਮੇਂ ਦੇ।

—ਸਕੂਲ ਰੁਟੀਨ।

—ਘਰ ਦਾ ਕੰਮ।

—ਫ਼ਾਲਤੂ ਕ੍ਰਿਆਵਾਂ।

—ਸਕੂਲ ਬਾਰੇ ਤੁਹਾਡੀ ਰਾਏ।   F/H A-2

8. ਆਪਣੇ ਚਾਚੇ ਨੂੰ, ਜੋ ਪੰਜਾਬ ਵਿੱਚ ਰਹਿੰਦਾ ਹੈ, ਇੱਕ ਚਿੱਠੀ ਲਿਖੋ, ਜਿਸ ਵਿੱਚ ਤੁਸੀਂ ਹੇਠ ਲਿਖੀਆਂ ਗੱਲਾਂ ਬਾਰੇ ਲਿਖ ਸਕਦੇ ਹੋ :

—ਤੁਸੀਂ ਪੰਜਾਬੀ ਕਦੋਂ ਤੋਂ ਪੜ੍ਹ ਰਹੇ ਹੋ।

—ਸਕੂਲ ਦੇ ਵਿਸ਼ਿਆਂ ਬਾਰੇ।

—ਸਕੂਲ ਦੇ ਨਿਯਮ।

—ਸਕੂਲ ਦੀ ਵਰਦੀ।

—ਸਕੂਲ ਟਾਈਮ-ਟੇਬਲ ਬਾਰੇ ਤੁਹਾਡੇ ਵਿਚਾਰ।

—ਸਕੂਲ ਦੀਆਂ ਛੁੱਟੀਆਂ ਬਾਰੇ ਤੁਹਾਡੇ ਵਿਚਾਰ।

—ਤੁਹਾਡਾ ਸਕੂਲ ਬਾਕੀ ਸਕੂਲਾਂ ਨਾਲੋਂ ਕਿਵੇਂ ਵੱਖਰਾ ਹੈ ?   HA-2

9. ਤੁਸੀਂ ਆਪਣੇ ਸਕੂਲ ਦੇ ਇੱਕ ਵਿਦਿਅਕ ਟਰਿਪ ਤੋਂ ਵਾਪਸ ਆਏ ਹੋ। ਆਪਣੇ ਮਿੱਤਰ/ਸਹੇਲੀ ਨੂੰ ਇੱਕ ਚਿੱਠੀ ਲਿਖੋ, ਜਿਸ ਵਿੱਚ ਹੇਠ ਲਿਖੀਆਂ ਗੱਲਾਂ ਹੋਣ :

—ਤੁਸੀਂ ਕਿੱਥੇ ਗਏ ਸੀ।

—ਤੁਹਾਡੇ ਨਾਲ ਕੌਣ ਕੌਣ ਗਿਆ ਸੀ।

—ਸਫ਼ਰ ਕਿਸ ਤਰ੍ਹਾਂ ਕੀਤਾ।

—ਮੌਸਮ ਕਿਸ ਤਰ੍ਹਾਂ ਦਾ ਸੀ।

—ਖਾਣ ਪੀਣ ਦਾ ਕੀ ਪ੍ਰਬੰਧ ਸੀ।

—ਉੱਥੇ ਤੁਸੀਂ ਕੀ ਦੇਖਿਆ।

—ਤੁਹਾਡੇ ਖ਼ਿਆਲ ਵਿੱਚ ਇਸ ਤਰ੍ਹਾਂ ਦੇ ਸਕੂਲ ਟਰਿਪਾਂ ਦੇ ਕੀ ਲਾਭ ਹਨ ?   HA-2

10. ਤੁਹਾਨੂੰ ਆਪਣੇ ਸਕੂਲ ਬਾਰੇ ਇੱਕ ਲੇਖ ਲਿਖਣ ਲਈ ਕਿਹਾ ਗਿਆ ਹੈ। ਇਸ ਵਿੱਚ ਤੁਸੀਂ ਹੇਠ ਲਿਖੀਆਂ ਗੱਲਾਂ ਬਾਰੇ ਲਿਖ ਸਕਦੇ ਹੋ।

—ਸਕੂਲ ਦਾ ਨਾਂ ਅਤੇ ਪੂਰਾ ਪਤਾ।

—ਸਕੂਲ ਕਿਸ ਇਲਾਕੇ ਵਿੱਚ ਹੈ ? ਇਲਾਕੇ ਬਾਰੇ ਕੋਈ ਦੋ ਗੱਲਾਂ ਲਿਖੋ।

—ਸਕੂਲ ਦੀ ਪੜ੍ਹਾਈ।

—ਸਕੂਲ ਦੀਆਂ ਖੇਡਾਂ।

—ਸਕੂਲ ਦਾ ਖਾਣਾ।

—ਤੁਹਾਡੇ ਸਕੂਲ ਬਾਰੇ ਆਪਣੇ ਵਿਚਾਰ।

—ਇਸ ਸਕੂਲ ਨੂੰ ਹੋਰ ਚੰਗਾ ਬਣਾਉਣ ਲਈ ਤੁਸੀਂ ਕੀ ਸੁਝਾਅ ਦਿਓਗੇ ?   HA-2

A-3 Home life

1. Draw a plan of your house and write the names in Panjabi of different places in it e.g. bedrooms, kitchen, bathroom, lounge, dinning room and garage.

    F/A-2

2. Write your full address in Panjabi :
    ਘਰ ਦਾ ਪੂਰਾ ਪਤਾ............................
    ਘਰ ਦਾ ਨੰਬਰ............................
    ਸੜਕ ਦਾ ਨਾਂ............................
    ਇਲਾਕੇ ਦਾ ਨਾਂ............................
    ਸ਼ਹਿਰ ਦਾ ਨਾਂ............................
    ਪੋਸਟ ਕੋਡ............................

3. Add five more items of your house, in Panjabi to the list.
    1. ਗੈਰਿਜ
    2.
    3.
    4.
    5.
    6.

    F/A-3

4. Write a list of the jobs you do around the house in Panjabi :
    1. ਘਰ ਦੀ ਸਫ਼ਾਈ
    2.
    3.
    4.
    5.
    6.

    FA-3

5. Write in Panjabi a postcard to your uncle who lives in the Panjab describing your house :

    ....
    ....
    ....
    ....FA-3

6. ਤੁਸੀਂ ਆਪਣੇ ਪਰਿਵਾਰ ਨਾਲ ਪੰਜਾਬ ਛੁੱਟੀਆਂ ਕੱਟਣ ਜਾ ਰਹੇ ਹੋ ਅਤੇ ਚੰਡੀਗੜ੍ਹ ਇੱਕ ਕਿਰਾਏ 'ਤੇ ਫ਼ਲੈਟ ਲੈਣਾ ਚਾਹੁੰਦੇ ਹੋ। ਤੁਹਾਡੇ ਇੱਕ ਮਿੱਤਰ/ਸਹੇਲੀ ਨੇ ਤੁਹਾਨੂੰ ਅਖ਼ਬਾਰ ਵਿੱਚੋਂ ਹੇਠ ਦਿੱਤੀ ਕਟਿੰਗ ਭੇਜੀ ਹੈ :

> "ਕਿਰਾਏ ਲਈ ਖ਼ਾਲੀ ਫ਼ਲੈਟ, ਸ਼ਹਿਰ ਦੇ ਕੇਂਦਰ ਦੇ ਕੋਲ, ਦੋ ਬੈਡਰੂਮ, ਰਸੋਈ, ਗੁਸਲਖ਼ਾਨਾ, ਬੈਠਣ ਲਈ ਵੱਖਰਾ ਕਮਰਾ, ਟੈਲੀਵਿਯਨ, ਸਾਰਾ ਫ਼ਰਨੀਚਰ। ਬੁਕਿੰਗ ਵਾਸਤੇ ਮਿਸਟਰ ਜੇ.ਐਸ. ਨਾਗਰਾ, ਕੋਠੀ ਨੰਬਰ 2025, ਸੈਕਟਰ 27-D ਚੰਡੀਗੜ੍ਹ ਨੂੰ ਲਿਖੋ।"

ਫ਼ਲੈਟ ਦੇ ਮਾਲਕ ਨੂੰ ਇੱਕ ਚਿੱਠੀ ਲਿਖੋ। ਇਸ ਵਿੱਚ ਹੇਠ ਲਿਖੀਆਂ ਗੱਲਾਂ ਬਾਰੇ ਦੱਸੋ। ਚਿੱਠੀ ਨੂੰ ਠੀਕ ਢੰਗ ਨਾਲ ਸ਼ੁਰੂ ਅਤੇ ਸਮਾਪਤ ਕਰੋ।

ਦੱਸੋ :

—ਆਪਣਾ ਐਡਰੈਸ।

—ਕੌਣ ਕੌਣ ਜਾ ਰਹੇ ਹਨ।

—ਕਦੋਂ ਅਤੇ ਕਿਸ ਤਰ੍ਹਾਂ।

—ਫ਼ਲੈਟ ਲੈਣ ਦੀਆਂ ਤਰੀਕਾਂ।

ਪੁੱਛੋ :

—ਕਿਰਾਇਆ।

—ਹੋਰ ਸਹੂਲਤਾਂ।

—ਬੁਕ ਕਰਨ ਦਾ ਤਰੀਕਾ।   F/H A-3

7. ਆਪਣੇ ਚਾਚਾ ਜੀ ਨੂੰ, ਜੋ ਪੰਜਾਬ ਰਹਿੰਦੇ ਹਨ, ਪੰਜਾਬੀ ਵਿੱਚ ਇੱਕ ਚਿੱਠੀ ਲਿਖੋ। ਆਪਣੀ ਚਿੱਠੀ ਵਿੱਚ ਤੁਸੀਂ ਹੇਠ ਲਿਖੀਆਂ ਗੱਲਾਂ ਬਾਰੇ ਲਿਖ ਸਕਦੇ ਹੋ :

—ਆਪਣਾ ਐਡਰੈਸ ਅਤੇ ਤਰੀਕ

—ਘਰ ਵਿੱਚ ਕੀ ਕੰਮ ਕਰਦੇ ਹੋ।

—ਘਰ ਨੂੰ ਪਸੰਦ ਕਰਦੇ ਹੋ ਕਿ ਨਹੀਂ ਅਤੇ ਕਿਉਂ।

—ਘਰ ਕਿੱਥੇ ਹੈ।

—ਘਰ ਬਾਰੇ ਹੋਰ ਜਾਣਕਾਰੀ, ਜਿਵੇਂ ਕਮਰੇ, ਗੈਰਿਜ, ਬਗੀਚੇ, ਵੱਡਾ ਕਿ ਛੋਟਾ, ਰੰਗ, ਘਰ ਦਾ ਸਾਮਾਨ।

—ਚਿੱਠੀ ਨੂੰ ਠੀਕ ਢੰਗ ਨਾਲ ਆਰੰਭ ਅਤੇ ਸਮਾਪਤ ਕਰੋ।   F/H A-3

8. ਆਪਣੇ ਚਾਚਾ ਜੀ ਨੂੰ, ਜੋ ਪੰਜਾਬ ਵਿੱਚ ਰਹਿੰਦੇ ਹਨ, ਇੱਕ ਚਿੱਠੀ ਲਿਖੋ, ਜਿਸ ਵਿੱਚ ਹੇਠ ਲਿਖੀਆਂ ਗੱਲਾਂ ਬਾਰੇ ਦੱਸੋ :

—ਤੁਹਾਡੇ ਘਰ ਦਾ ਆਲਾ-ਦੁਆਲਾ।

—ਖਾਣ ਦਾ ਸਮਾਂ ਅਤੇ ਖਾਣ ਦੀਆਂ ਆਦਤਾਂ।

—ਖਾਣੇ ਬਾਰੇ ਤੁਹਾਡੇ ਵਿਚਾਰ।

—ਪਰਿਵਾਰ ਦੇ ਜੀ ਅਤੇ ਘਰ ਦੇ ਕੰਮ ਵਿੱਚ ਸਹਾਇਤਾ।

—ਤੁਸੀਂ ਆਪਣਾ ਕਮਰਾ ਕਿਉਂ ਪਸੰਦ ਕਰਦੇ ਹੋ ?

—ਵੱਡੇ ਹੋ ਕੇ ਤੁਸੀਂ ਕਿਸ ਤਰ੍ਹਾਂ ਦਾ ਘਰ ਖ਼ਰੀਦਣਾ ਪਸੰਦ ਕਰੋਗੇ ਅਤੇ ਕਿਉਂ ?

—ਚਿੱਠੀ ਨੂੰ ਠੀਕ ਢੰਗ ਨਾਲ ਆਰੰਭ ਅਤੇ ਸਮਾਪਤ ਕਰੋ।   HA-3

A-4 Media

Foundation

1. Add four more programmes of Zee TV to the list.
   1. ਅਮਾਨਤ
   2.
   3.
   4.
   5.   FA-4

2. Add four more names of films to the list.
   1. ਸੋਲਜਰ
   2.
   3.
   4.
   5.   FA-4

3. Add four more names of newspapers to the list.
   1. ਗਾਰਡੀਅਨ
   2.
   3.
   4.
   5.   FA-4

4. Add four more radio programmes to the list.
   1. ਖ਼ਬਰਾਂ
   2.
   3.
   4.
   5.   FA-4

5. Add four more names of Panjabi books to the list.
   1. ਜੀ.ਸੀ.ਐਸ.ਈ. ਪੰਜਾਬੀ
   2.
   3.
   4.
   5.   FA-4

6. Write a letter to your friend who lives in the Panjab.

ਆਪਣੀ ਚਿੱਠੀ ਵਿੱਚ ਤੁਸੀਂ ਹੇਠ ਲਿਖੀਆਂ ਗੱਲਾਂ ਬਾਰੇ ਲਿਖ ਸਕਦੇ ਹੋ :

—ਤੁਸੀਂ ਕਿਹੜਾ ਟੈਲੀਵਿਜ਼ਨ ਪ੍ਰੋਗਰਾਮ ਪਸੰਦ ਕਰਦੇ ਹੋ ?

—ਤੁਹਾਡੀ ਮਨਪਸੰਦ ਫ਼ਿਲਮ।

—ਤੁਸੀਂ ਰੇਡੀਓ 'ਤੇ ਕੀ ਸੁਣਦੇ ਹੋ ?

—ਗਾਉਣ ਵਾਲੇ ਗਰੁੱਪਾਂ ਬਾਰੇ।

—ਜੀ.ਸੀ.ਐਸ.ਈ. ਪੰਜਾਬੀ ਦੀ ਪੜ੍ਹਾਈ ਲਈ ਕਿਹੜੀ ਕਿਤਾਬ ਚੰਗੀ ਹੈ ਤੇ ਕਿਉਂ ?   F/H A-4

7. ਆਪਣੇ ਮਿੱਤਰ/ਸਹੇਲੀ ਨੂੰ ਇੱਕ ਚਿੱਠੀ ਲਿਖੋ, ਜਿਸ ਵਿੱਚ ਤੁਸੀਂ ਹੇਠ ਲਿਖੀਆਂ ਗੱਲਾਂ ਬਾਰੇ ਲਿਖ ਸਕਦੇ ਹੋ :

—ਜੋ ਤੁਸੀਂ ਅੱਜ ਕੱਲ੍ਹ ਕਿਤਾਬ ਪੜ੍ਹੀ ਹੈ, ਉਸ ਬਾਰੇ ਕੋਈ ਦੋ ਗੱਲਾਂ ਲਿਖੋ।

—ਟੈਲੀਵਿਜ਼ਨ 'ਤੇ ਤੁਹਾਨੂੰ ਕਿਹੜਾ ਪ੍ਰੋਗਰਾਮ ਚੰਗਾ ਲੱਗਦਾ ਹੈ ਅਤੇ ਕਿਉਂ ?

—ਤੁਹਾਡੇ ਖ਼ਿਆਲ ਵਿੱਚ ਨੌਜਵਾਨਾਂ ਲਈ ਕਿਸ ਤਰ੍ਹਾਂ ਦੇ ਟੈਲੀਵਿਜ਼ਨ ਪ੍ਰੋਗਰਾਮ ਹੋਣੇ ਚਾਹੀਦੇ ਹਨ ?

—ਜ਼ੀ ਟੀਵੀ ਪੰਜਾਬੀ ਲੋਕਾਂ ਲਈ ਕਿਉਂ ਇੱਕ ਲਾਭਦਾਇਕ ਚੈਨਲ ਹੈ ?

—ਤੁਹਾਨੂੰ ਜ਼ੀ ਟੀਵੀ 'ਤੇ ਕਿਹੜਾ ਪ੍ਰੋਗਰਾਮ ਪਸੰਦ ਹੈ ਅਤੇ ਕਿਉਂ ?

—ਰੇਡੀਓ 'ਤੇ ਤੁਸੀਂ ਕਿਹੜਾ ਪ੍ਰੋਗਰਾਮ ਪਸੰਦ ਕਰਦੇ ਹੋ ਅਤੇ ਕਿਉਂ ?

—ਚਿੱਠੀ ਨੂੰ ਠੀਕ ਢੰਗ ਨਾਲ ਆਰੰਭ ਅਤੇ ਖ਼ਤਮ ਕਰੋ।   H A-4

A-5 Health and Fitness

1. While your uncle is still at work, one of his relations telephoned. Write a note in Panjabi to him, including the following :

—ਕਿਸ ਦਾ ਟੈਲੀਫ਼ੂਨ ?

—ਕਿਸ ਟਾਈਮ ?

—ਕੌਣ ਬੀਮਾਰ ਹੈ ?

—ਕੀ ਬੀਮਾਰੀ ਹੈ ?

—ਚਾਚਾ ਜੀ ਨੂੰ ਕੀ ਕਰਨ ਵਾਸਤੇ ਕਿਹਾ ਗਿਆ ਹੈ ?   FA-5

2. You receive this note from your friend. Write a short note in response to this in Panjabi.

> ਪਿਆਰੇ/ਪਿਆਰੀ ਮਨਜੀਤ
>
> ਮੈਂ ਤੁਹਾਡੀ ਚਾਰ ਵਜੇ ਤੱਕ ਉਡੀਕ ਕੀਤੀ ਪਰ ਤੁਸੀਂ ਨਹੀਂ ਆਏ। ਇਸ ਲਈ ਮੈਂ ਚਾਰ ਵਜੇ ਤੋਂ ਬਾਅਦ ਘਰ ਚਲੇ ਗਿਆ ਸੀ। ਜੇ ਤੁਸੀਂ ਮੈਨੂੰ ਜ਼ਰੂਰ ਮਿਲਣਾ ਚਾਹੁੰਦੇ ਹੋ ਤਾਂ ਸੋਮਵਾਰ ਨੂੰ ਦੋ ਵਜੇ ਮੇਰੇ ਦਫ਼ਤਰ ਆ ਜਾਣਾ।
>
> ਤੁਹਾਡਾ ਮਿੱਤਰ/ਤੁਹਾਡੀ ਸਹੇਲੀ
>
> ਜਸਦੀਪ

FA-5

3. ਤੁਹਾਡਾ/ਤੁਹਾਡੀ/ਮਿੱਤਰ ਸਹੇਲੀ ਇੰਗਲੈਂਡ ਵਿੱਚ ਸਿਹਤ ਦੀਆਂ ਸਹੂਲਤਾਂ ਬਾਰੇ ਪੁੱਛਣਾ ਚਾਹੁੰਦਾ/ਚਾਹੁੰਦੀ ਹੈ। ਉਸ ਨੂੰ ਇੱਕ ਚਿੱਠੀ ਲਿਖੋ, ਜਿਸ ਵਿੱਚ ਹੇਠ ਲਿਖੀਆਂ ਗੱਲਾਂ ਹੋਣ :

—ਤੁਹਾਡਾ ਪੂਰਾ ਪਤਾ।

—ਅੱਜ ਦੀ ਤਰੀਕ।

—ਪਰਿਵਾਰਕ ਡਾਕਟਰ।

—ਦੰਦਾਂ ਦੇ ਡਾਕਟਰ।

—ਕੈਮਿਸਟ।

—ਫ਼ਿਟਨੈੱਸ ਸੈਂਟਰ

—ਚਿੱਠੀ ਦਾ ਆਰੰਭ ਅਤੇ ਅੰਤ।   F/H A-5

4. ਆਪਣੇ ਚਾਚਾ/ਚਾਚੀ ਨੂੰ ਇੱਕ ਐਕਸੀਡੈਂਟ ਬਾਰੇ ਚਿੱਠੀ ਲਿਖੋ, ਜੋ ਤੁਸੀਂ ਦੇਖਿਆ ਹੈ। ਇਸ ਵਿੱਚ ਤੁਸੀਂ ਹੇਠ ਲਿਖੀਆਂ ਗੱਲਾਂ ਬਾਰੇ ਲਿਖ ਸਕਦੇ ਹੋ :

—ਐਕਸੀਡੈਂਟ ਕਿਸ ਤਰ੍ਹਾਂ ਹੋਇਆ ?

—ਕਿਸ ਦਾ ਕਸੂਰ ਸੀ ?

—ਲੋਕਾਂ ਦੇ ਲੱਗੀਆਂ ਸੱਟਾਂ ਬਾਰੇ।

—ਪੁਲੀਸ ਦਾ ਰੋਲ।

—ਮਰੀਜ਼ਾਂ ਦਾ ਇਲਾਜ।

—ਟਰੈਫ਼ਿਕ 'ਤੇ ਅਸਰ।

—ਚਿੱਠੀ ਦਾ ਠੀਕ ਢੰਗ ਨਾਲ ਆਰੰਭ ਤੇ ਅੰਤ।   H A-5

A-6 Food

1. Make a list of items of food in Panjabi :

   1. ਰੋਟੀਆਂ   5.

   2.   6.

   3.   7.

   4.   8.   FA-6

2. Make a list of items of drink in Panjabi :

   1. ਦੁੱਧ   5.

   2.   6.

   3.   7.

   4.   8.   FA-6

3. Make a list of items of fruit in Panjabi :

1. ਅੰਬ	5.
2.	6.
3.	7.
4.	8. FA-6

4. Make a list of items of vegetables in Panjabi :

1. ਗੋਭੀ	5.
2.	6.
3.	7.
4.	8. FA-6

5. Make a list of names of Indian sweets in Panjabi :

1. ਜਲੇਬੀਆਂ	5.
2.	6.
3.	7.
4.	8. FA-6

6. Write down in Panjabi all the things you eat and drink for your breakfast.

1. ਕੌਰਨਫਲੇਕਸ	5.
2.	6.
3.	7.
4.	8. FA-6

7. Write down in Panjabi all the things you eat and drink for your dinner.

1. ਪਾਣੀ	5.
2.	6.
3.	7.
4.	8. FA-6

8. Write in Panjabi the items of food and drink you like most.

1. ਦਹੀਂ	5.
2.	6.
3.	7.
4.	8. FA-6

9. ਦੱਸੋ ਇਹ ਚੀਜ਼ਾਂ ਤੁਸੀਂ ਕਿਉਂ ਪਸੰਦ ਕਰਦੇ ਹੋ ?

....

.... FA-6

10. Write in Panjabi the items of food and drink you do not like.

1. ਮਿਰਚਾਂ	5.
2.	6.
3.	7.
4.	8.

FA-6

11. ਦੱਸੋ ਇਹ ਚੀਜ਼ਾਂ ਤੁਹਾਨੂੰ ਕਿਉਂ ਪਸੰਦ ਨਹੀਂ ?

....

....FA-6

12. ਆਪਣੇ ਮਨਪਸੰਦ ਰੈਸਟੋਰੈਂਟ ਦਾ ਇੱਕ ਪੋਸਟਰ ਬਣਾਓ। ਇਸ ਬਾਰੇ ਸਾਰੀ ਜਾਣਕਾਰੀ ਪੰਜਾਬੀ ਵਿੱਚ ਲਿਖੋ।

....

.... FA-6

13. You see this advertisement about Simla Restaurant in Birmingham.

ਸ਼ਿਮਲਾ ਰੈਸਟੋਰੈਂਟ, ਸੋਹੋ ਰੋਡ, ਬਰਮਿੰਘਮ।

ਖੁਲ੍ਹਣ ਦਾ ਸਮਾਂ 10.30 ਵਜੇ ਸਵੇਰ ਤੋਂ ਰਾਤ ਦੇ 12 ਵਜੇ ਤੱਕ।

ਤਾਜ਼ੇ ਤੇ ਸਸਤੇ ਪੰਜਾਬੀ ਖਾਣੇ।

ਟੈਲੀਫ਼ੂਨ 456982.

ਆਪਣੇ ਮਿੱਤਰ/ਸਹੇਲੀ ਨੂੰ ਸ਼ਿਮਲਾ ਰੈਸਟੋਰੈਂਟ ਵਿੱਚ ਖਾਣੇ ਲਈ ਸੱਦਾ ਦਿਓ। ਆਪਣੇ ਨੋਟ ਵਿੱਚ ਹੇਠ ਲਿਖੀਆਂ ਗੱਲਾਂ ਬਾਰੇ ਲਿਖੋ :

—ਖਾਣੇ ਲਈ ਸੱਦਾ ਕਿਉਂ ?

—ਕਿਸ ਦਿਨ ?

—ਕਿਸ ਟਾਈਮ ?

—ਮਿਲਣ ਦੀ ਥਾਂ।

—ਕਿਸ ਤਰ੍ਹਾਂ ਦਾ ਖਾਣਾ।

FA-6

14. ਤੁਸੀਂ ਪਿਛਲੇ ਹਫ਼ਤੇ ਰੈਸਟੋਰੈਂਟ 'ਤੇ ਖਾਣਾ ਖਾਣ ਗਏ ਸੀ। ਤੁਹਾਡਾ/ਤੁਹਾਡੀ ਮਿੱਤਰ/ਸਹੇਲੀ ਇਸ ਖਾਣੇ ਬਾਰੇ ਜਾਣਨਾ ਚਾਹੁੰਦਾ/ਚਾਹੁੰਦੀ ਹੈ। ਆਪਣੇ ਮਿੱਤਰ/ਸਹੇਲੀ ਨੂੰ ਚਿੱਠੀ ਲਿਖੋ, ਜਿਸ ਵਿੱਚ ਹੇਠ ਲਿਖੀਆਂ ਗੱਲਾਂ ਬਾਰੇ ਜਾਣਕਾਰੀ ਹੋਵੇ :

—ਤੁਸੀਂ ਕਿੱਥੇ ਖਾਣ ਗਏ ਸੀ ?

—ਤੁਸੀਂ ਕੀ ਖਾਧਾ ?

—ਖਾਣੇ ਬਾਰੇ ਤੁਹਾਡੇ ਵਿਚਾਰ।

—ਖਾਣੇ ਲਈ ਬੈਠਣ ਦਾ ਪ੍ਰਬੰਧ।

—ਹੋਟਲ ਦੀ ਕਿਹੜੀ ਚੀਜ਼ ਤੁਹਾਨੂੰ ਚੰਗੀ ਲੱਗੀ ਅਤੇ ਕਿਉਂ ?

—ਇਸ ਹੋਟਲ ਦੀ ਤੁਸੀਂ ਕਿਉਂ ਸ਼ਿਕਾਇਤ ਕਰਨੀ ਚਾਹੁੰਦੇ ਹੋ ?

—ਚਿੱਠੀ ਨੂੰ ਠੀਕ ਢੰਗ ਨਾਲ ਸ਼ੁਰੂ ਅਤੇ ਖ਼ਤਮ ਕਰੋ।   HA-6

Area of Experience B—Personal and Social Life

B-1 Self, family and friends

1. Draw each member of your family and write his/her name in Panjabi.

....

....

....FB-1

2. Your pen-friend, who lives in the Panjab, wants to know about yourself.

ਆਪਣੇ ਕਲਮੀ ਮਿੱਤਰ/ਸਹੇਲੀ ਨੂੰ, ਜੋ ਪੰਜਾਬ ਵਿੱਚ ਰਹਿੰਦਾ/ਰਹਿੰਦੀ ਹੈ, ਇੱਕ ਚਿੱਠੀ ਲਿਖੋ। ਇਸ ਵਿੱਚ ਤੁਸੀਂ ਹੇਠ ਲਿਖੀਆਂ ਗੱਲਾਂ ਬਾਰੇ ਲਿਖ ਸਕਦੇ ਹੋ :

—ਤੁਹਾਡਾ ਪੂਰਾ ਨਾਂ।

—ਉਮਰ।

—ਕੱਦ।

—ਭਾਰ।

—ਪੂਰਾ ਪਤਾ।

—ਪਰਿਵਾਰ।

—ਸਕੂਲ ਦਾ ਨਾਂ।

—ਕਿਸ ਕਲਾਸ ਵਿੱਚ ?

—ਕਿਹੜੇ ਵਿਸ਼ੇ ਪੜ੍ਹਦੇ ਹੋ ?

—ਕਿਹੜੀਆਂ ਖੇਡਾਂ ?

—ਹੱਬੀ।

—ਪੜ੍ਹਾਈ ਖ਼ਤਮ ਕਰਨ ਤੋਂ ਬਾਅਦ ਕੀ ਬਣਨਾ ਚਾਹੁੰਦੇ ਹੋ ?   FB-1

3. You receive a telephone call when your parents are out for shopping.

ਆਪਣੇ ਮਾਤਾ/ਪਿਤਾ ਨੂੰ ਇੱਕ ਨੋਟ ਲਿਖੋ, ਜਿਸ ਵਿੱਚ ਹੇਠ ਲਿਖੀਆਂ ਗੱਲਾਂ ਬਾਰੇ ਦੱਸੋ :

—ਕਿਸ ਦਾ ਟੈਲੀਫ਼ੂਨ ?

—ਕੌਣ ਆ ਰਿਹਾ ?

—ਕਦੋਂ ?

—ਕਿੰਨਾ ਚਿਰ ਠਹਿਰਨਾ ?

—ਤੁਹਾਨੂੰ ਕਿਉਂ ਬਾਹਰ ਜਾਣਾ ਪਿਆ ?   FB-1

4. Your cousin, who lives in the Panjab, wants to know about your friend.

ਆਪਣੇ ਚਾਚੇ ਦੇ ਮੁੰਡੇ/ਕੁੜੀ ਨੂੰ ਆਪਣੇ ਮਿੱਤਰ/ਸਹੇਲੀ ਬਾਰੇ ਇੱਕ ਚਿੱਠੀ ਲਿਖੋ। ਇਸ ਵਿੱਚ ਤੁਸੀਂ ਹੇਠ ਲਿਖੀਆਂ ਗੱਲਾਂ ਬਾਰੇ ਲਿਖ ਸਕਦੇ ਹੋ :

—ਮਿੱਤਰ/ਸਹੇਲੀ ਦਾ ਨਾਂ।

—ਉਮਰ।

—ਕੱਦ।

—ਪੂਰਾ ਪਤਾ।

—ਨਾਗਰਿਕਤਾ।

—ਪਰਿਵਾਰ।

—ਪੜ੍ਹਾਈ।

—ਖੇਡਾਂ ਵਿੱਚ ਹਿੱਸਾ।

—ਸਿਹਤ।

—ਦਿਲਚਸਪੀਆਂ।

—ਆਦਤਾਂ।

—ਪੜ੍ਹਾਈ ਵਿੱਚ ਤੁਹਾਡੀ ਸਹਾਇਤਾ।

—ਉਹ ਕੀ ਪਸੰਦ ਕਰਦਾ/ਕਰਦੀ ਹੈ ?

—ਉਹ ਕੀ ਪਸੰਦ ਨਹੀਂ ਕਰਦਾ/ਕਰਦੀ ?   FB-1

5. ਆਪਣੇ ਪਾਲਤੂ ਜਾਨਵਰ ਬਾਰੇ ਕੋਈ ਦਸ ਵਾਕ ਲਿਖੋ :

....

....

....

....

....

....F/H B-1

6. ਆਪਣੇ ਪਰਿਵਾਰ ਬਾਰੇ ਕੋਈ ਦਸ ਵਾਕ ਲਿਖੋ :

....

....

....

....

....

....F/H B-1

H.W.

7. ਥੱਲੇ ਅਧੂਰੀ ਲਿਖੀ ਚਿੱਠੀ ਨੂੰ ਪੂਰਾ ਕਰੋ। ਚਿੱਠੀ ਨੂੰ ਠੀਕ ਢੰਗ ਨਾਲ ਸਮਾਪਤ ਵੀ ਕਰੋ :

206 ਮਾਡਲ ਟਾਊਨ,
ਜਲੰਧਰ, ਪੰਜਾਬ, ਇੰਡੀਆ
25 ਅਗਸਤ 1999

ਪਿਆਰੀ ਕੁਲਬੀਰ,

ਸਤਿ ਸ੍ਰੀ ਅਕਾਲ। ਤੁਹਾਡੀ ਚਿੱਠੀ ਲਈ ਤੁਹਾਡਾ ਬਹੁਤ ਧੰਨਵਾਦ। ਤੁਸੀਂ ਚਿੱਠੀ ਵਿੱਚ ਆਪਣੇ ਪਰਿਵਾਰ ਬਾਰੇ ਲਿਖਿਆ ਹੈ। ਮੈਨੂੰ ਤੁਹਾਡੇ ਪਰਿਵਾਰ ਬਾਰੇ ਜਾਣ ਕੇ ਬਹੁਤ ਖ਼ੁਸ਼ੀ ਹੋਈ ਹੈ। ਹੁਣ ਮੈਂ ਤੁਹਾਨੂੰ ਆਪਣੇ ਪਰਿਵਾਰ ਬਾਰੇ ਕੁਝ ਦੱਸਦੀ ਹਾਂ।

ਮੇਰੇ ਪਰਿਵਾਰ ਵਿੱਚ..

....

....

....HB-1

8. ਤੁਹਾਡੇ ਚਾਚਾ ਜੀ ਨੇ ਤੁਹਾਨੂੰ ਤੁਹਾਡੇ ਜਨਮ ਦਿਨ 'ਤੇ ਇੱਕ ਤੋਹਫ਼ਾ ਭੇਜਿਆ ਹੈ ਅਤੇ ਨਾਲ ਇਹ ਚਿੱਠੀ ਭੇਜੀ ਹੈ। ਆਪਣੇ ਚਾਚਾ ਜੀ ਨੂੰ ਇਸ ਚਿੱਠੀ ਦਾ ਉੱਤਰ ਪੰਜਾਬੀ ਵਿੱਚ ਲਿਖੋ :

45, ਈਗਲ ਸਟਰੀਟ,
ਲੀਡਜ਼,
18 ਅਗਸਤ 1999

ਪਿਆਰੇ ਮਨਜਿੰਦਰ,

ਬਹੁਤ ਬਹੁਤ ਪਿਆਰ। ਅਸੀਂ ਇਸ ਸਾਲ ਤੇਰੇ ਜਨਮ ਦਿਨ 'ਤੇ ਨਹੀਂ ਆ ਸਕਾਂਗੇ। ਨਾ ਆਉਣ ਦਾ ਕਾਰਨ ਇਹ ਹੈ ਕਿ ਉਸੇ ਦਿਨ ਮੇਰੇ ਇੱਕ ਗੂੜ੍ਹੇ ਦੋਸਤ ਦੀ ਲੜਕੀ ਦਾ ਵਿਆਹ ਹੈ ਅਤੇ ਮੇਰਾ ਤੇ ਤੇਰੀ ਚਾਚੀ ਜੀ ਦਾ ਇਸ ਵਿਆਹ 'ਤੇ ਜਾਣਾ ਬਹੁਤ ਜ਼ਰੂਰੀ ਹੈ।

ਅਸੀਂ ਤੈਨੂੰ ਇੱਕ ਛੋਟਾ ਰੇਡੀਓ ਆਪਣੇ ਵੱਲੋਂ ਸੁਗਾਤ ਵਜੋਂ ਭੇਜ ਰਹੇ ਹਾਂ। ਉਮੀਦ ਹੈ ਕਿ ਤੂੰ ਇਸ ਨੂੰ ਪਸੰਦ ਕਰੇਂਗਾ। ਤੇਰੀ 'ਜੀ.ਸੀ.ਐਸ.ਈ.' ਦੀ ਪ੍ਰੀਖਿਆ ਵੀ ਹੁਣ ਨੇੜੇ ਹੈ। ਇਸ ਲਈ ਪੜ੍ਹਾਈ ਦਿਲ ਲਾ ਕੇ ਕਰਨੀ ਤਾਂਕਿ ਤੇਰੇ ਚੰਗੇ ਗਰੇਡ ਆ ਜਾਣ।

ਤੇਰੀ ਚਾਚੀ ਜੀ ਵਲੋਂ ਤੈਨੂੰ ਪਿਆਰ। ਬਲਜੀਤ ਅਤੇ ਦਲਜੀਤ ਵਲੋਂ ਸਤਿ ਸ੍ਰੀ ਅਕਾਲ। ਉੱਤਰ ਜਲਦੀ ਦੇਣਾ।

ਤੇਰਾ ਚਾਚਾ
ਮਨਮੋਹਨ ਸਿੰਘ

ਆਪਣੇ ਚਾਚਾ ਜੀ ਦੀ ਇਸ ਚਿੱਠੀ ਦਾ ਉੱਤਰ ਲਿਖੋ। ਇਸ ਵਿੱਚ ਤੁਸੀਂ ਹੇਠ ਲਿਖੀਆਂ ਗੱਲਾਂ ਬਾਰੇ ਲਿਖ ਸਕਦੇ ਹੋ :

—ਚਿੱਠੀ ਅਤੇ ਤੋਹਫ਼ੇ ਦਾ ਧੰਨਵਾਦ।

—ਤੋਹਫ਼ਾ ਕਿਸ ਤਰ੍ਹਾਂ ਲੱਗਿਆ।

—ਜਨਮ ਦਿਨ 'ਤੇ ਚਾਚਾ ਜੀ ਦੇ ਪਰਿਵਾਰ ਦੀ ਯਾਦ।

—ਜੀ.ਸੀ.ਐਸ.ਈ. ਦੀ ਪ੍ਰੀਖਿਆ ਬਾਰੇ।

—ਆਪਣੇ ਪਰਿਵਾਰ ਬਾਰੇ ਦੋ ਗੱਲਾਂ।

—ਚਾਚੀ ਜੀ ਦੀ ਸਿਹਤ ਬਾਰੇ।

ਚਿੱਠੀ ਨੂੰ ਠੀਕ ਢੰਗ ਨਾਲ ਸ਼ੁਰੂ ਅਤੇ ਸਮਾਪਤ ਕਰੋ।   HB-1

9. ਤੁਹਾਡੇ ਵੱਡੇ ਭਰਾ ਨੇ ਤੁਹਾਨੂੰ ਇਹ ਚਿੱਠੀ ਭੇਜੀ ਹੈ :

22, ਬੈਜਰ ਰੋਡ
ਡਰਬੀ
15 ਅਕਤੂਬਰ 1999

ਪਿਆਰੇ ਦਲਜੀਤ,

ਮੈਨੂੰ ਕੱਲ ਹੀ ਪਿਤਾ ਜੀ ਦੀ ਚਿੱਠੀ ਆਈ ਸੀ, ਜਿਸ ਨੂੰ ਪੜ੍ਹ ਕੇ ਮੈਨੂੰ ਹੈਰਾਨੀ ਵੀ ਹੋਈ ਅਤੇ ਦੁੱਖ ਵੀ। ਉਹਨਾਂ ਨੇ ਲਿਖਿਆ ਹੈ ਕਿ ਇਸ ਸਾਲ ਦਲਜੀਤ ਦੀ ਸਕੂਲ ਦੀ ਸਾਲਾਨਾ ਰੀਪੋਰਟ ਬਹੁਤ ਹੀ ਮਾੜੀ ਆਈ ਹੈ। ਹਿਸਾਬ ਅਤੇ ਕੈਮਿਸਟਰੀ ਵਿੱਚ ਤਾਂ ਤੇਰੇ ਨੰਬਰ ਬਹੁਤ ਹੀ ਥੋੜ੍ਹੇ ਹਨ। ਬਾਕੀ ਵਿਸ਼ਿਆਂ ਵਿੱਚ ਵੀ ਤੂੰ ਕੋਈ ਤਰੱਕੀ ਨਹੀਂ ਦਿਖਾਈ ਹੈ।

ਤੇਰੇ ਟਿਊਟਰ ਨੇ ਲਿਖਿਆ ਹੈ ਕਿ ਦਲਜੀਤ ਇੱਕ ਆਲਸੀ ਅਤੇ ਕੰਮਚੋਰ ਮੁੰਡਾ ਬਣ ਗਿਆ ਹੈ ਅਤੇ ਪੜ੍ਹਾਈ ਵਿੱਚ ਕੋਈ ਖ਼ਾਸ ਦਿਲਚਸਪੀ ਨਹੀਂ ਲੈਂਦਾ। ਉਸ ਨੇ ਇਹ ਵੀ ਲਿਖਿਆ ਹੈ ਕਿ ਅੱਜ ਕੱਲ੍ਹ ਦਲਜੀਤ ਦੀ ਸੰਗਤ ਕੁਝ ਆਵਾਰਾ ਜਿਹੇ ਮੁੰਡਿਆਂ ਨਾਲ ਹੋ ਗਈ ਹੈ, ਜਿਨ੍ਹਾਂ ਦਾ ਮੁੱਖ ਕੰਮ ਫ਼ਿਲਮਾਂ ਦੇਖਣਾ, ਜੂਆ ਖੇਡਣਾ ਅਤੇ ਰਸਤੇ ਵਿੱਚ ਹਰ ਇੱਕ ਨਾਲ ਛੇੜਖਾਨੀ ਕਰਨਾ ਹੈ।

ਤੈਨੂੰ ਇਹ ਤਾਂ ਚੰਗੀ ਤਰ੍ਹਾਂ ਪਤਾ ਹੈ ਕਿ ਅੱਜ ਕੱਲ ਨੌਕਰੀਆਂ ਬਹੁਤ ਘੱਟ ਹਨ। ਹੁਣ ਤਾਂ ਨੌਕਰੀ ਦੀ ਉਹ ਹੀ ਆਸ ਰੱਖ ਸਕਦਾ ਹੈ ਜਿਸ ਪਾਸ ਬਹੁਤ ਯੋਗਤਾ ਹੋਵੇ। ਪਿਤਾ ਜੀ ਦੀ ਅਤੇ ਮੇਰੀ ਤਾਂ ਤੈਨੂੰ ਯੂਨੀਵਰਸਿਟੀ ਭੇਜਣ ਦੀ ਸਲਾਹ ਹੈ। ਪਰ ਇਹ ਤਾਂ ਹੀ ਹੋ ਸਕਦਾ ਹੈ ਜੇ ਤੂੰ ਹੁਣ ਤੋਂ ਹੀ ਦਿਲ ਲਾ ਕੇ ਪੜ੍ਹਾਈ ਸ਼ੁਰੂ ਕਰ ਦੇਵੇਂ ਅਤੇ ਅਗਲੇ ਜੂਨ ਵਿੱਚ ਜੀ.ਸੀ.ਐਸ.ਈ. ਦੇ ਇਮਤਿਹਾਨਾਂ ਵਿੱਚੋਂ ਚੰਗੇ ਨੰਬਰ ਲੈ ਕੇ ਪਾਸ ਹੋਵੇਂ।

ਮੈਂ ਤੈਨੂੰ ਇਹ ਵੀ ਸਲਾਹ ਦਿੰਦਾ ਹਾਂ ਕਿ ਤੂੰ ਭੈੜੇ ਮੁੰਡਿਆਂ ਦੀ ਸੰਗਤ ਵੀ ਛੱਡ ਦੇ ਅਤੇ ਪੜ੍ਹਾਈ ਦਿਲ ਲਾ ਕੇ ਕਰ। ਮੈਨੂੰ ਪੂਰੀ ਆਸ ਹੈ ਕਿ ਤੂੰ ਮੇਰੀ ਇਸ ਚਿੱਠੀ ਤੋਂ ਬਾਅਦ ਪੜ੍ਹਾਈ ਵੱਲ ਉਚੇਚਾ ਧਿਆਨ ਦੇਵੇਂਗਾ ਅਤੇ ਅਗਲੀ ਪ੍ਰੀਖਿਆ ਵਿੱਚ ਚੰਗੇ ਗਰੇਡਾਂ ਵਿੱਚ ਪਾਸ ਹੋਵੇਂਗਾ।

ਮੇਰੇ ਵੱਲੋਂ ਪਿਤਾ ਜੀ ਅਤੇ ਮਾਤਾ ਜੀ ਨੂੰ ਸਤਿ ਸ੍ਰੀ ਅਕਾਲ। ਰਾਣੀ ਨੂੰ ਪਿਆਰ। ਉੱਤਰ ਜਲਦੀ ਦੇਣਾ। ਤੇਰੀ ਭਾਬੀ ਵੱਲੋਂ ਤੈਨੂੰ ਅਤੇ ਰਾਣੀ ਨੂੰ ਸਤਿ ਸ੍ਰੀ ਅਕਾਲ।

ਤੇਰਾ ਵੱਡਾ ਵੀਰ
ਸੁਰਿੰਦਰ

ਆਪਣੇ ਵੱਡੇ ਭਰਾ ਨੂੰ ਇਸ ਚਿੱਠੀ ਦਾ ਉੱਤਰ ਲਿਖੋ। ਇਸ ਵਿੱਚ ਤੁਸੀਂ ਹੇਠ ਲਿਖੀਆਂ ਗੱਲਾਂ ਬਾਰੇ ਲਿਖ ਸਕਦੇ ਹੋ :

—ਚਿੱਠੀ ਦਾ ਧੰਨਵਾਦ।

—ਥੋੜ੍ਹੇ ਨੰਬਰ ਆਉਣ ਦੇ ਕਾਰਨ।

—ਭੈੜੀ ਸੰਗਤ।

—ਅੱਗੇ ਪੜ੍ਹਾਈ ਕਰਨ ਬਾਰੇ।

—ਮਾਤਾ ਪਿਤਾ ਦੇ ਫ਼ਿਕਰ ਬਾਰੇ।

—ਪਰਿਵਾਰ ਬਾਰੇ ਕੁਝ ਪੁੱਛੋ।

—ਚਿੱਠੀ ਨੂੰ ਠੀਕ ਢੰਗ ਨਾਲ ਸ਼ੁਰੂ ਅਤੇ ਖ਼ਤਮ ਕਰੋ।

HB-1

10. ਹੇਠ ਦਿੱਤੀਆਂ ਤਸਵੀਰਾਂ ਦੀ ਸਹਾਇਤਾ ਨਾਲ ਆਪਣੇ ਸ਼ਬਦਾਂ ਵਿੱਚ ਇੱਕ ਕਹਾਣੀ ਲਿਖੋ।

1. 

2. 

3. 

4. 

HB-1

B-2 Free time, holidays and special occasions

1. You are going to the cinema with your friend. Write a note in Panjabi for your
    parents, including the following :
    —ਤੁਸੀਂ ਕਿੱਥੇ ਚੱਲੇ ਹੋ ?
    —ਕਿਸ ਨਾਲ ਚੱਲੇ ਹੋ ?
    —ਕੀ ਕਰਨ ਚੱਲੇ ਹੋ ?
    —ਕਦੋਂ ਵਾਪਸ ਮੁੜੋਗੇ ?
    —ਰਾਤ ਦਾ ਖਾਣਾ ਕਦੋਂ ਅਤੇ ਕਿੱਥੇ ਖਾਵੋਗੇ ?   FB-2

2. You went to a friend's house to talk about a cultural programme but he/she
    was not at home. Write a note to your friend in Panjabi, including the following :
    —ਮਨੋਰੰਜਕ ਪ੍ਰੋਗਰਾਮ ਬਾਰੇ।
    —ਪ੍ਰੋਗਰਾਮ ਕਿੱਥੇ ਹੋਵੇਗਾ ?
    —ਪ੍ਰੋਗਰਾਮ ਦਾ ਸਮਾਂ ਅਤੇ ਦਿਨ।
    —ਗੀਤ ਸੰਗੀਤ ਦੇ ਗਰੁੱਪ।
    —ਟਿਕਟ।   FB-2

3. Write a postcard to your uncle, in Panjabi describing how elderly Asians spend
    their time in Britain, including the following :
    —ਧਾਰਮਿਕ ਅਸਥਾਨਾਂ ਵਿੱਚ ਸਹੂਲਤਾਂ।
    —ਕਮਿਊਨਿਟੀ ਸੈਂਟਰ।
    —ਸਿਆਣਿਆਂ ਲਈ ਮਨੋਰੰਜਕ ਪ੍ਰੋਗਰਾਮ।
    —ਸਿਆਣਿਆਂ ਲਈ ਖੇਡਾਂ।
    —ਛੋਟੇ ਬੱਚਿਆਂ ਦੀ ਦੇਖ ਭਾਲ।   FB-2

4. ਤੁਹਾਡੀ ਭੈਣ ਨੇ, ਜੋ ਇੰਡੀਆ ਵਿੱਚ ਛੁੱਟੀਆਂ 'ਤੇ ਹੈ, ਤੁਹਾਨੂੰ ਇੱਕ ਪੋਸਟ ਕਾਰਡ ਭੇਜਿਆ ਹੈ।

ਜੰਡਿਆਲਾ,
10 ਅਕਤੂਬਰ, 1999

ਪਿਆਰੀ ਸੁਰਜੀਤ,

ਸਤਿ ਸ੍ਰੀ ਅਕਾਲ। ਅੱਜ ਮੈਨੂੰ ਪਿੰਡ ਪੁੱਜਿਆ ਪੂਰਾ ਇੱਕ ਹਫ਼ਤਾ ਹੋ ਗਿਆ ਹੈ। ਚਾਚਾ ਜੀ ਮੈਨੂੰ ਲੈਣ ਲਈ ਦਿੱਲੀ ਹਵਾਈ ਅੱਡੇ 'ਤੇ ਪੁੱਜ ਗਏ ਸਨ। ਸੋ ਕੋਈ ਮੁਸ਼ਕਲ ਨਹੀਂ ਹੋਈ। ਇੱਥੇ ਅੱਜ ਕੱਲੂ ਸਾਰਾ ਦਿਨ ਧੁੱਪ ਹੀ ਰਹਿੰਦੀ ਹੈ। ਮੈਨੂੰ ਤਾਂ ਗਰਮੀ ਕੁਝ ਜ਼ਿਆਦਾ ਹੀ ਲੱਗਦੀ ਹੈ। ਕੱਲੂ ਅਸੀਂ ਜਲੰਧਰ ਗਏ ਸੀ। ਕਾਫ਼ੀ ਭੀੜ ਸੀ ਤੇ ਇੱਥੇ ਮੱਖੀਆਂ ਵੀ ਬਹੁਤ ਹਨ। ਅਗਲੇ ਹਫ਼ਤੇ ਅਸੀਂ ਚੰਡੀਗੜ੍ਹ ਵੇਖਣ ਜਾਣਾ ਹੈ ਤੇ ਫਿਰ ਦਰਬਾਰ ਸਾਹਿਬ ਅੰਮ੍ਰਿਤਸਰ ਵੀ। ਜੇਕਰ ਤੂੰ ਕੋਈ ਖ਼ਾਸ ਚੀਜ਼ ਮੰਗਵਾਉਣੀ ਹੋਵੇ ਤਾਂ ਜ਼ਰੂਰ ਮੁੜਦੀ ਡਾਕ ਵਿੱਚ ਲਿਖ ਦੇਵੀਂ। ਮੰਮੀ ਤੇ ਡੈਡੀ ਨੂੰ ਮੈਂ ਅਲੱਗ ਚਿੱਠੀ ਲਿਖੀ ਹੈ।

ਤੇਰੀ ਭੈਣ
ਜਸਵੀਰ

ਇਸ ਪੋਸਟ ਕਾਰਡ ਦੇ ਉੱਤਰ ਵਿੱਚ ਇੱਕ ਪੋਸਟ ਕਾਰਡ ਲਿਖੋ। ਇਸ ਵਿੱਚ ਤੁਸੀਂ ਹੇਠ ਲਿਖੀਆਂ ਗੱਲਾਂ ਬਾਰੇ ਲਿਖ ਸਕਦੇ ਹੋ :

—ਧੰਨਵਾਦ।

—ਪਿੰਡ ਦੇ ਲੋਕਾਂ ਬਾਰੇ ਪੁੱਛੋ।

—ਕਿੱਥੇ ਕਿੱਥੇ ਗਏ ?

—ਆਪਣੇ ਪਰਿਵਾਰ ਬਾਰੇ ਕੁਝ ਦੱਸੋ।

—ਵਾਪਸ ਆਉਣ ਬਾਰੇ ਦੱਸੋ।

FB-2

5. ਤੁਹਾਨੂੰ ਤੁਹਾਡੀ ਸਹੇਲੀ ਦੀ ਚਿੱਠੀ ਆਈ ਹੈ :

70, ਟਰੀਨੀਟੀ ਸਟਰੀਟ
ਸਾਊਥਾਲ,
ਮਿਡਲਸੈਕਸ
23 ਅਕਤੂਬਰ, 1999

ਪਿਆਰੀ ਨਿਰਮਲ,

ਸਤਿ ਸ੍ਰੀ ਅਕਾਲ। ਖਤ ਲਿਖਦਿਆਂ ਹੋਇਆਂ ਮੈਨੂੰ ਬਹੁਤ ਖ਼ੁਸ਼ੀ ਹੋ ਰਹੀ ਹੈ ਕਿ ਮੇਰੇ ਭਰਾ ਦਾ ਵਿਆਹ 20 ਜੂਨ ਨੂੰ ਹੋਣਾ ਹੈ। ਇਸ ਖ਼ੁਸ਼ੀ ਦੇ ਮੌਕੇ 'ਤੇ ਮੈਨੂੰ ਵੀ ਆਪਣੀਆਂ ਸਹੇਲੀਆਂ ਨੂੰ ਸੱਦਾ ਪੱਤਰ ਭੇਜਣ ਦੀ ਆਗਿਆ ਦਿੱਤੀ ਗਈ ਹੈ। ਮੈਂ ਆਪ ਨੂੰ ਬਹੁਤ ਤਾਕੀਦ ਕਰਦੀ ਹਾਂ ਕਿ ਇਸ ਮੌਕੇ 'ਤੇ ਤੁਸੀਂ ਜ਼ਰੂਰ ਦਰਸ਼ਨ ਦੇਣੇ। ਬਰਾਤ 20 ਜੂਨ ਸਵੇਰੇ ਛੇ ਵਜੇ ਚੱਲੇਗੀ। ਇਸ ਕਰਕੇ ਤੁਸੀਂ 19 ਜੂਨ ਸਨਿੱਚਰਵਾਰ ਨੂੰ ਜ਼ਰੂਰ ਪਹੁੰਚ ਜਾਣਾ। ਇਹ ਬਰਾਤ ਬਰਮਿੰਘਮ ਨੂੰ ਜਾ ਰਹੀ ਹੈ। ਆਪ ਨੂੰ ਤਾਂ ਪਤਾ ਹੀ ਹੈ ਕਿ ਮੈਂ ਬਰਮਿੰਘਮ ਅਜੇ ਨਹੀਂ ਗਈ ਅਤੇ ਨਾ ਹੀ ਮਿਡਲੈਂਡ ਦਾ ਇਲਾਕਾ ਦੇਖਿਆ ਹੈ। ਅਸੀਂ ਇਕੱਠੀਆਂ ਹੀ ਬਰਾਤ ਨਾਲ ਜਾਵਾਂਗੀਆਂ। ਨਾਲੇ ਤੁਸੀਂ ਵੀ ਬਰਮਿੰਘਮ ਦੇਖ ਸਕਦੇ ਹੋ।

ਮੈਂ ਕੁਲਵੰਤ ਨੂੰ ਵੀ ਹੁਣੇ ਚਿੱਠੀ ਲਿਖ ਕੇ ਹਟੀ ਹਾਂ। ਉਸ ਨੂੰ ਵੀ ਬਹੁਤ ਤਾਕੀਦ ਕੀਤੀ ਹੈ ਕਿ 19 ਜੂਨ ਨੂੰ ਜ਼ਰੂਰ ਪਹੁੰਚ ਜਾਵੇ। ਉਮੀਦ ਹੈ ਕਿ ਉਸ ਦਾ ਭਰਾ ਉਸ ਨੂੰ ਲੈ ਕੇ ਆਵੇਗਾ। ਜੇ ਤੂੰ ਉਸ ਨੂੰ ਪੁੱਛ ਲਵੇਂ ਤਾਂ ਉਹ ਤੇਰੀ ਸੜਕ ਦੇ ਵਿੱਚ-ਦੀ ਲੰਘ ਸਕਦੇ ਹਨ ਅਤੇ ਤੁਸੀਂ ਇਕੱਠੀਆਂ ਹੀ ਪਹੁੰਚ ਸਕਦੀਆਂ ਹੋ।

ਤੁਹਾਡੀ ਸਹੇਲੀ
ਬਲਜੀਤ

ਆਪਣੀ ਸਹੇਲੀ ਨੂੰ ਇਸ ਚਿੱਠੀ ਦਾ ਉੱਤਰ ਲਿਖੋ। ਇਸ ਵਿੱਚ ਤੁਸੀਂ ਹੇਠ ਲਿਖੀਆਂ ਗੱਲਾਂ ਬਾਰੇ ਲਿਖ ਸਕਦੇ ਹੋ :
—ਚਿੱਠੀ ਲਈ ਧੰਨਵਾਦ।
—ਵਿਆਹ ਲਈ ਵਧਾਈ।
—ਆਪਣੇ ਪਹੁੰਚਣ ਬਾਰੇ।
—ਭਰਾ ਦੀ ਵਹੁਟੀ ਬਾਰੇ ਪੁੱਛੋ।
—ਗੀਤ ਸੰਗੀਤ ਦੇ ਪ੍ਰਬੰਧ ਬਾਰੇ ਪੁੱਛੋ।
—ਚਿੱਠੀ ਨੂੰ ਠੀਕ ਢੰਗ ਨਾਲ ਸ਼ੁਰੂ ਅਤੇ ਸਮਾਪਤ ਕਰੋ।   FH B-2

6. ਤੁਸੀਂ ਪੰਜਾਬ ਨੂੰ ਛੁੱਟੀਆਂ ਕੱਟਣ ਲਈ ਜਾਣਾ ਚਾਹੁੰਦੇ ਹੋ। ਚੰਡੀਗੜ੍ਹ ਦੇ ਟੂਰਿਸਟ ਦਫ਼ਤਰ ਨੂੰ ਇੱਕ ਪੰਜਾਬੀ
ਵਿੱਚ ਚਿੱਠੀ ਲਿਖੋ। ਇਸ ਵਿੱਚ ਤੁਸੀਂ ਹੇਠ ਲਿਖੀਆਂ ਗੱਲਾਂ ਬਾਰੇ ਲਿਖ ਸਕਦੇ ਹੋ :
—ਤੁਸੀਂ ਕਦੋਂ ਜਾਣਾ ਚਾਹੁੰਦੇ ਹੋ ?
—ਕਿੰਨੇ ਚਿਰ ਲਈ ਜਾਣਾ ਚਾਹੁੰਦੇ ਹੋ ?
—ਮੌਸਮ ਬਾਰੇ ਪੁੱਛੋ।
—ਪੰਜਾਬ ਵਿੱਚ ਦੇਖਣ ਵਾਲੀਆਂ ਥਾਵਾਂ ਬਾਰੇ ਪੁੱਛੋ।
—ਰਹਿਣ ਲਈ ਹੋਟਲ।
—ਟਰਾਂਸਪੋਰਟ ਦਾ ਪ੍ਰਬੰਧ।
—ਚਿੱਠੀ ਨੂੰ ਠੀਕ ਢੰਗ ਨਾਲ ਆਰੰਭ ਅਤੇ ਸਮਾਪਤ ਕਰੋ।   FH B-2

7. ਆਪਣੇ ਚਾਚਾ ਜੀ ਨੂੰ ਆਪਣੇ ਇੱਕ ਮਿੱਤਰ/ਸਹੇਲੀ ਦੇ ਜਨਮ ਦਿਨ ਦੀ ਪਾਰਟੀ ਬਾਰੇ ਇੱਕ ਚਿੱਠੀ ਲਿਖੋ।
ਇਸ ਵਿੱਚ ਤੁਸੀਂ ਹੇਠ ਲਿਖੀਆਂ ਗੱਲਾਂ ਬਾਰੇ ਲਿਖ ਸਕਦੇ ਹੋ :
—ਪਾਰਟੀ ਕਿਸ ਦਿਨ ਸੀ ਅਤੇ ਕਦੋਂ ਸ਼ੁਰੂ ਅਤੇ ਕਦੋਂ ਖ਼ਤਮ ਹੋਈ ?
—ਪਾਰਟੀ 'ਤੇ ਕੌਣ ਕੌਣ ਸੀ ?
—ਖਾਣੇ ਬਾਰੇ ਤੁਹਾਡੇ ਵਿਚਾਰ।
—ਗੀਤ ਅਤੇ ਸੰਗੀਤ।
—ਤੁਹਾਨੂੰ ਪਾਰਟੀ ਵਿੱਚ ਕੀ ਪਸੰਦ ਆਇਆ ਅਤੇ ਕਿਉਂ ?
—ਤੁਹਾਨੂੰ ਕੀ ਪਸੰਦ ਨਹੀਂ ਆਇਆ ਅਤੇ ਕਿਉਂ ?
—ਚਿੱਠੀ ਨੂੰ ਠੀਕ ਢੰਗ ਨਾਲ ਸ਼ੁਰੂ ਅਤੇ ਸਮਾਪਤ ਕਰੋ।   FH B-2

8. ਤੁਸੀਂ ਪੰਜਾਬ ਵਿੱਚ ਛੁੱਟੀਆਂ ਕੱਟ ਕੇ ਆਏ ਹੋ। ਆਪਣੇ ਨਾਨਾ ਜੀ ਨੂੰ, ਜੋ ਲੰਡਨ ਵਿੱਚ ਰਹਿੰਦੇ ਹਨ, ਇੱਕ
ਪੰਜਾਬੀ ਵਿੱਚ ਚਿੱਠੀ ਲਿਖੋ। ਇਸ ਵਿੱਚ ਤੁਸੀਂ ਹੇਠ ਲਿਖੀਆਂ ਗੱਲਾਂ ਬਾਰੇ ਲਿਖ ਸਕਦੇ ਹੋ :
—ਕਦੋਂ ਗਏ ਅਤੇ ਕਦੋਂ ਵਾਪਸ ਆਏ ?
—ਕਿਸ ਤਰ੍ਹਾਂ ਗਏ ਸੀ ?
—ਉਹਨਾਂ ਥਾਂਵਾਂ ਬਾਰੇ ਲਿਖੋ ਜਿੱਥੇ ਤੁਸੀਂ ਗਏ ਸੀ।
—ਪੰਜਾਬ ਦੇ ਮੌਸਮ ਬਾਰੇ।
—ਪੰਜਾਬੀ ਖਾਣੇ ਬਾਰੇ।
—ਤੁਹਾਨੂੰ ਪੰਜਾਬ ਵਿੱਚ ਕੀ ਪਸੰਦ ਆਇਆ ਅਤੇ ਕਿਉਂ ?
—ਤੁਹਾਨੂੰ ਪੰਜਾਬ ਵਿੱਚ ਕੀ ਪਸੰਦ ਨਹੀਂ ਆਇਆ ਅਤੇ ਕਿਉਂ ?   HB-2

9. ਤੁਸੀਂ ਪੰਜਾਬ ਵਿੱਚ ਛੁੱਟੀਆਂ ਕੱਟ ਕੇ ਆਏ ਹੋ। ਆਪਣੇ ਚਾਚਾ ਜੀ ਨੂੰ ਪੰਜਾਬੀ ਵਿੱਚ ਇਕ ਚਿੱਠੀ ਲਿਖੋ। ਇਸ ਵਿੱਚ ਤੁਸੀਂ ਹੇਠ ਲਿਖੀਆਂ ਗੱਲਾਂ ਬਾਰੇ ਲਿਖ ਸਕਦੇ ਹੋ :

—ਇੰਗਲੈਂਡ ਵਾਪਸ ਪਹੁੰਚਣ ਬਾਰੇ।

—ਹਵਾਈ ਜਹਾਜ਼ ਦੇ ਸਫ਼ਰ ਬਾਰੇ।

—ਜਹਾਜ਼ ਦੇ ਖਾਣੇ ਬਾਰੇ।

—ਰਸਤੇ ਵਿੱਚ ਕਿਹੜੇ ਦੇਸ਼ ਵਿੱਚ ਠਹਿਰੇ ਅਤੇ ਉੱਥੇ ਦੇ ਐਅਰਪੋਰਟ ਦੇ ਸੀਨ ਬਾਰੇ।

—ਲੰਡਨ ਜਾਂ ਦਿੱਲੀ ਦੇ ਐਅਰਪੋਰਟ ਦੇ ਸੀਨ ਬਾਰੇ।

—ਆਪਣੇ ਚਾਚਾ ਜੀ ਨੂੰ ਕੁਝ ਭੇਜਣ ਬਾਰੇ।

—ਚਿੱਠੀ ਨੂੰ ਠੀਕ ਢੰਗ ਨਾਲ ਸ਼ੁਰੂ ਅਤੇ ਖ਼ਤਮ ਕਰੋ।   HB-2

10. ਤੁਹਾਡਾ ਮਿੱਤਰ/ਸਹੇਲੀ ਤੁਹਾਡੇ ਬਾਰੇ ਕੁਝ ਹੋਰ ਜਾਣਨਾ ਚਾਹੁੰਦਾ/ਚਾਹੁੰਦੀ ਹੈ। ਉਸ ਨੂੰ ਇੱਕ ਚਿੱਠੀ ਲਿਖੋ ਜਿਸ ਵਿੱਚ ਹੇਠ ਲਿਖੀਆਂ ਗੱਲਾਂ ਬਾਰੇ ਜਾਣਕਾਰੀ ਹੋਵੇ :

—ਤੁਸੀਂ ਵਿਹਲੇ ਸਮੇਂ ਵਿੱਚ ਕੀ ਕਰਨਾ ਪਸੰਦ ਕਰਦੇ ਹੋ ਅਤੇ ਕਿਉਂ ?

—ਤੁਸੀਂ ਕਿਸ ਕਲੱਬ ਦੇ ਮੈਂਬਰ ਹੋ ਅਤੇ ਉੱਥੇ ਕੀ ਕਰਦੇ ਹੋ ?

—ਤੁਸੀਂ ਕਿਹੜੀ ਖੇਡ ਪਸੰਦ ਕਰਦੇ ਹੋ ਅਤੇ ਕਿਉਂ ?

—ਸਨਿੱਚਰਵਾਰ ਐਤਵਾਰ ਕਿਸ ਤਰ੍ਹਾਂ ਗੁਜ਼ਾਰਦੇ ਹੋ ?

—ਪਿਛਲੀਆਂ ਛੁੱਟੀਆਂ ਵਿੱਚ ਤੁਸੀਂ ਕੀ ਕੀਤਾ ?

—ਅਗਲੀਆਂ ਛੁੱਟੀਆਂ ਵਿੱਚ ਕਿੱਥੇ ਜਾਵੋਗੇ ਅਤੇ ਕਿਉਂ ?

—ਤੁਹਾਨੂੰ ਕਿੰਨਾ ਜੇਬ ਖ਼ਰਚਾ ਮਿਲਦਾ ਹੈ ? ਕੀ ਇਹ ਕਾਫ਼ੀ ਹੈ ?   H B-2

11. ਤੁਸੀਂ ਪਿਛਲੇ ਮਹੀਨੇ ਇਕ ਵਿਆਹ ਦੇਖਿਆ ਹੈ। ਇਸ ਵਿਆਹ ਬਾਰੇ ਇੱਕ ਆਰਟੀਕਲ ਲਿਖੋ, ਜਿਸ ਵਿੱਚ ਹੇਠ ਲਿਖੀਆਂ ਗੱਲਾਂ ਹੋਣ।

—ਵਿਆਹ ਕਿਸ ਦਾ ਸੀ ਅਤੇ ਕਿੱਥੇ ਸੀ ?

—ਤੁਸੀਂ ਕਿਸ ਤਰ੍ਹਾਂ ਗਏ ?

—ਖਾਣ ਪੀਣ ਦਾ ਕੀ ਪ੍ਰਬੰਧ ਸੀ ?

—ਗੀਤ ਸੰਗੀਤ ਦਾ ਕੀ ਪ੍ਰੋਗਰਾਮ ਸੀ ?

—ਵਿਆਹਾਂ ਨੂੰ ਹੋਰ ਚੰਗਾ ਬਣਾਉਣ ਲਈ ਕੀ ਸਲਾਹ ਦਿਉਗੇ ?

—ਦਾਜ ਦੇਣ/ਲੈਣ ਬਾਰੇ ਤੁਹਾਡੇ ਕੀ ਵਿਚਾਰ ਹਨ ?

—ਤੁਸੀਂ ਆਪਣਾ ਵਿਆਹ ਕਿਸ ਤਰ੍ਹਾਂ ਕਰਾਉਣਾ ਚਾਹੋਗੇ ਤੇ ਕਿਉਂ ?   H B-2
                                                                              NEAB 1999

12. ਹੇਠ ਦਿੱਤੀਆਂ ਤਸਵੀਰਾਂ ਦੀ ਸਹਾਇਤਾ ਨਾਲ ਆਪਣੇ ਸ਼ਬਦਾਂ ਵਿੱਚ ਇੱਕ ਕਹਾਣੀ ਲਿਖੋ।

1.

2.

3.

4.

H B-2

B-3 Personal relationships and social activities

1. ਤੁਸੀਂ ਆਪਣੇ ਮਿੱਤਰ/ਸਹੇਲੀ ਦਾ ਇਹ ਨੋਟ ਪੜ੍ਹਦੇ ਹੋ :

28 ਅਕਤੂਬਰ, 1999

ਪਿਆਰੇ/ਪਿਆਰੀ ਮਨਜੀਤ,

ਸਤਿ ਸ੍ਰੀ ਅਕਾਲ। ਤੁਹਾਡਾ ਕੀ ਹਾਲ ਹੈ। ਅੱਜ ਮੈਂ ਤੁਹਾਨੂੰ ਮਿਲਣ ਆਇਆ ਸੀ ਪਰ ਤੁਸੀਂ ਘਰ ਨਹੀਂ ਸੀ। ਮੈਂ ਤੁਹਾਡੇ ਨਾਲ ਕੁਝ ਜ਼ਰੂਰੀ ਗੱਲਾਂ ਕਰਨੀਆਂ ਚਾਹੁੰਦਾ/ਚਾਹੁੰਦੀ ਸੀ। ਅੱਜ ਕੱਲ੍ਹ ਮੈਂ ਕਈ ਮੁਸ਼ਕਲਾਂ ਵਿੱਚ ਹਾਂ। ਮੈਂ ਤੁਹਾਡਾ ਕੰਪਿਊਟਰ ਵੀ ਕੁਝ ਦਿਨਾਂ ਲਈ ਵਰਤਣਾ ਚਾਹੁੰਦਾ/ਚਾਹੁੰਦੀ ਹਾਂ। ਜੇ ਤੁਸੀਂ ਮੈਨੂੰ ਕੰਪਿਊਟਰ ਵਰਤਣ ਦੀ ਆਗਿਆ ਦਿਓ ਤਾਂ ਮੈਂ ਤੁਹਾਡਾ/ਤੁਹਾਡੀ ਬਹੁਤ ਧੰਨਵਾਦੀ ਹੋਵਾਂਗਾ/ਹੋਵਾਂਗੀ। ਆਸ ਹੈ ਤੁਸੀਂ ਮੈਨੂੰ ਜਲਦੀ ਉੱਤਰ ਦਿਓਗੇ।

ਤੁਹਾਡਾ ਮਿੱਤਰ/ਸਹੇਲੀ
ਜਸਦੀਪ

ਆਪਣੇ ਮਿੱਤਰ/ਸਹੇਲੀ ਨੂੰ ਇਸ ਨੋਟ ਦਾ ਉੱਤਰ ਪੰਜਾਬੀ ਵਿੱਚ ਲਿਖੋ। ਇਸ ਵਿੱਚ ਤੁਸੀਂ ਹੇਠ ਲਿਖੀਆਂ ਗੱਲਾਂ ਬਾਰੇ ਲਿਖ ਸਕਦੇ ਹੋ :

—ਧੰਨਵਾਦ।

—ਨਾ ਮਿਲਣ ਦਾ ਕਾਰਣ।

—ਕੰਪਿਊਟਰ ਬਾਰੇ।

—ਮੁਸ਼ਕਲਾਂ ਬਾਰੇ।

—ਉਸ ਦੇ ਪਰਿਵਾਰ ਬਾਰੇ ਕੁਝ ਪੁੱਛੋ।

F/H B-3

B 4 Arranging a meeting or activity

1. You receive this postcard from your friend.

28 ਅਕਤੂਬਰ, 1999

ਪਿਆਰੇ/ਪਿਆਰੀ ਮਨਜੀਤ,

ਸਤਿ ਸ੍ਰੀ ਅਕਾਲ। ਅਸੀਂ ਸਨਿੱਚਰਵਾਰ ਨੂੰ ਬੈਡਮਿੰਟਨ ਖੇਡਣ ਦਾ ਪ੍ਰੋਗਰਾਮ ਬਣਾਇਆ ਹੈ। ਕੀ ਤੁਸੀਂ ਵੀ ਸਾਡੇ ਨਾਲ ਜਾ ਸਕਦੇ ਹੋ ? ਸ਼ਾਮ ਨੂੰ ਅਸੀਂ ਸਭ ਪੀਜ਼ਾ ਹਟ ਜਾਵਾਂਗੇ ਅਤੇ ਉੱਥੇ ਪੀਜ਼ਾ ਖਾਵਾਂਗੇ। ਤੁਹਾਡੇ ਸਾਰੇ ਘਰਦਿਆਂ ਨੂੰ ਸਤਿ ਸ੍ਰੀ ਅਕਾਲ।

ਤੁਹਾਡਾ ਮਿੱਤਰ/ਸਹੇਲੀ

ਰਣਜੀਤ

Write a reply in Panjabi to your friend including the following :

—ਧੰਨਵਾਦ।

—ਖੇਡਣ ਦਾ ਸਮਾਂ ਪੁੱਛੋ।

—ਬੈਡਮਿੰਟਨ ਖੇਡਣ ਬਾਰੇ ਦੱਸੋ।

—ਪੀਜ਼ਾ ਹਟ ਜਾਣ ਬਾਰੇ।

—ਮਿਲਣ ਦੀ ਥਾਂ।

F B-5

B-5 Leisure and entertainment

1. ਆਪਣੇ ਮਿੱਤਰ/ਸਹੇਲੀ ਨੂੰ ਪੰਜਾਬੀ ਵਿੱਚ ਇੱਕ ਚਿੱਠੀ ਲਿਖੋ ਜਿਸ ਵਿੱਚ ਹੇਠ ਲਿਖੀਆਂ ਗੱਲਾਂ ਬਾਰੇ ਦੱਸੋ :

—ਆਪਣਾ ਐਡਰੈਸ ਅਤੇ ਤਰੀਕ।

—ਦੱਸੋ ਤੁਸੀਂ ਕਿਹੜਾ ਮਨੋਰੰਜਕ ਪ੍ਰੋਗਰਾਮ ਦੇਖਿਆ ਹੈ।

—ਪ੍ਰੋਗਰਾਮ ਕਦੋਂ ਸ਼ੁਰੂ ਹੋਇਆ ਤੇ ਕਦੋਂ ਖ਼ਤਮ ਹੋਇਆ ?

—ਇਸ ਪ੍ਰੋਗਰਾਮ ਬਾਰੇ ਤੁਹਾਡੀ ਕੀ ਰਾਏ ਹੈ ?

—ਇਸ ਪ੍ਰੋਗਰਾਮ ਦੀਆਂ ਖ਼ਾਸ ਖ਼ਾਸ ਗੱਲਾਂ ਬਾਰੇ ਲਿਖੋ।

—ਦੱਸੋ ਅੱਜ ਕੱਲ੍ਹ ਕਿਹੜੀ ਫ਼ਿਲਮ ਲੱਗੀ ਹੋਈ ਹੈ ਅਤੇ ਇਸ ਫ਼ਿਲਮ ਨੂੰ ਤੁਸੀਂ ਕਿਉਂ ਦੇਖਣਾ ਚਾਹੁੰਦੇ ਹੋ।

H B-5

Area of Experience C—The World Around Us

C-1 Home town, local environment and customs

1. Add five more names of Indian festivals, in Panjabi to the list.

    1. ਦੁਸਹਿਰਾ 2.

    3. 4.

    5. 6. FC-1

2. Add five more means of transport, in Panjabi to the list.

    1. ਕਾਰ 2.

    3. 4.

    5. 6. FC-1

3. ਆਪਣੇ ਚਾਚਾ ਜੀ ਨੂੰ ਜੋ ਪੰਜਾਬ ਰਹਿੰਦੇ ਹਨ, ਆਪਣੇ ਸ਼ਹਿਰ ਬਾਰੇ ਇੱਕ ਚਿੱਠੀ ਲਿਖੋ। ਇਸ ਵਿੱਚ ਤੁਸੀਂ ਹੇਠ ਲਿਖੀਆਂ ਗੱਲਾਂ ਬਾਰੇ ਲਿਖ ਸਕਦੇ ਹੋ।

    —ਸ਼ਹਿਰ ਦਾ ਨਾਂ ਅਤੇ ਇਹ ਦੱਸੋ ਕਿੱਥੇ ਹੈ ?

    —ਸ਼ਹਿਰ ਦਾ ਆਲਾ ਦੁਆਲਾ।

    —ਸ਼ਹਿਰ ਵਿੱਚ ਲੋਕਾਂ ਲਈ ਸਹੂਲਤਾਂ।

    —ਸ਼ਹਿਰ ਵਿੱਚ ਦੇਖਣ ਵਾਲੀਆਂ ਥਾਂਵਾਂ।

    —ਸ਼ਹਿਰ ਵਿੱਚ ਆਣ ਜਾਣ ਦੇ ਸਾਧਨ।

    —ਤੁਸੀਂ ਆਪਣੇ ਘਰ ਤੋਂ ਸ਼ਹਿਰ ਨੂੰ ਕਿਸ ਤਰ੍ਹਾਂ ਜਾਂਦੇ ਹੋ ਅਤੇ ਕਿੰਨਾ ਸਮਾਂ ਲਗਦਾ ਹੈ।

    —ਇਸ ਸ਼ਹਿਰ ਬਾਰੇ ਤੁਹਾਡੇ ਕੀ ਵਿਚਾਰ ਹਨ ? FC-1

4. ਪੰਜਾਬ ਦੇ ਕਿਸੇ ਇੱਕ ਤਿਉਹਾਰ ਬਾਰੇ ਦਸ ਵਾਕ ਲਿਖੋ।

    ....

    ....FC-1

5. ਦੱਸੋ ਤੁਹਾਨੂੰ ਕਿਹੜਾ ਪੰਜਾਬੀ ਤਿਉਹਾਰ ਚੰਗਾ ਲਗਦਾ ਹੈ ਅਤੇ ਕਿਉਂ ?

    ....

    ....

    .... FC-1

6. ਤੁਸੀਂ ਇਹ ਪੋਸਟਕਾਰਡ ਪੜ੍ਹਦੇ ਹੋ, ਜੋ ਤੁਹਾਨੂੰ ਤੁਹਾਡੇ ਮਿੱਤਰ/ਸਹੇਲੀ ਨੇ ਲਿਖਿਆ ਹੈ, ਜੋ ਅੱਜ ਕੱਲ੍ਹ ਪੰਜਾਬ ਵਿੱਚ ਛੁੱਟੀਆਂ 'ਤੇ ਹੈ।

25 ਅਗਸਤ 1999

ਪਿਆਰੇ/ਪਿਆਰੀ ਮਨਜੀਤ,

    ਸਤਿ ਸ੍ਰੀ ਅਕਾਲ। ਮੈਂ ਪੰਜਾਬ ਵਿੱਚ ਆਪਣੇ ਪਿੰਡ ਮਹਿੰਦਪੁਰ ਠੀਕ ਠਾਕ ਪਹੁੰਚ ਗਿਆ/ਗਈ ਸੀ। ਅੱਜ ਕੱਲ੍ਹ ਇੱਥੇ ਬਹੁਤ ਗਰਮੀ ਪੈ ਰਹੀ ਹੈ। ਕਈ ਵਾਰ ਤਾਂ ਬਾਹਰ ਜਾਣਾ ਵੀ ਔਖਾ ਹੋ ਜਾਂਦਾ ਹੈ। ਪਰ ਕਈ ਵਾਰ ਮੀਂਹ ਜ਼ਿਆਦਾ ਪੈਣ ਨਾਲ ਮੌਸਮ ਠੰਡਾ ਵੀ ਹੋ ਜਾਂਦਾ ਹੈ। ਆਸ ਹੈ ਅਗਲੇ ਕੁਝ ਹਫ਼ਤਿਆਂ ਵਿੱਚ ਪੰਜਾਬ ਵਿੱਚ ਮੌਸਮ ਸੋਹਣਾ ਹੋ ਜਾਵੇਗਾ।

ਇਸ ਕਾਰਡ ਦਾ ਆਪਣੇ ਮਿੱਤਰ/ਸਹੇਲੀ ਨੂੰ ਪੰਜਾਬੀ ਵਿੱਚ ਉੱਤਰ ਲਿਖੋ।

ਇਸ ਵਿੱਚ ਤੁਸੀਂ ਹੇਠ ਲਿਖੀਆਂ ਗੱਲਾਂ ਬਾਰੇ ਲਿਖ ਸਕਦੇ ਹੋ :

—ਕਾਰਡ ਭੇਜਣ ਦਾ ਧੰਨਵਾਦ।

—ਇੰਗਲੈਂਡ ਦੇ ਮੌਸਮ ਬਾਰੇ ਦੱਸੋ।

—ਪਿੰਡ ਦੀ ਜ਼ਿੰਦਗੀ ਬਾਰੇ ਪੁੱਛੋ।

—ਆਪਣੇ ਪਰਿਵਾਰ ਬਾਰੇ ਦੱਸੋ।

—ਉਸਦੇ ਵਾਪਸ ਆਉਣ ਬਾਰੇ।

FC-1

7. ਤੁਹਾਡਾ ਮਿੱਤਰ/ਸਹੇਲੀ ਇਹ ਜਾਣਨਾ ਚਾਹੁੰਦਾ/ਚਾਹੁੰਦੀ ਹੈ ਕਿ ਤੁਹਾਡੇ ਸ਼ਹਿਰ ਵਿੱਚ 300 ਸਾਲਾ ਵਿਸਾਖੀ ਦਿਵਸ ਕਿਸ ਤਰ੍ਹਾਂ ਮਨਾਇਆ ਗਿਆ। ਉਸ ਨੂੰ ਇੱਕ ਚਿੱਠੀ ਲਿਖੋ, ਜਿਸ ਵਿੱਚ ਹੇਠ ਲਿਖੀਆਂ ਗੱਲਾਂ ਬਾਰੇ ਦੱਸਿਆ ਹੋਵੇ :

—ਵਿਸਾਖੀ ਕਦੋਂ ਮਨਾਈ ਗਈ ?

—ਵਿਸਾਖੀ ਕਿੱਥੇ ਮਨਾਈ ਗਈ ?

—ਗੁਰਦਵਾਰੇ ਦਾ ਸੀਨ।

—ਨਗਰ ਕੀਰਤਨ ਬਾਰੇ।

—ਪੰਜਾਬੀ ਬੱਚਿਆਂ 'ਤੇ ਇਸ ਦਾ ਪ੍ਰਭਾਵ।

—ਅੰਗਰੇਜ਼ ਅਤੇ ਬਾਕੀ ਲੋਕਾਂ 'ਤੇ ਇਸ ਤਿਉਹਾਰ ਦਾ ਕੀ ਅਸਰ ਪਿਆ ?

—ਕੀ ਤੁਸੀਂ ਇਸ ਨੂੰ ਪਸੰਦ ਕੀਤਾ ਕਿ ਨਹੀਂ ਅਤੇ ਕਿਉਂ ?

HC-1

8. ਤੁਹਾਡੇ ਚਾਚਾ ਜੀ ਜੋ ਪੰਜਾਬ ਵਿੱਚ ਰਹਿੰਦੇ ਹਨ, ਤੁਹਾਡੇ ਸ਼ਹਿਰ ਵਿੱਚ ਧਾਰਮਿਕ ਅਸਥਾਨਾਂ ਬਾਰੇ ਜਾਣਨਾ ਚਾਹੁੰਦੇ ਹਨ। ਉਹਨਾਂ ਨੂੰ ਪੰਜਾਬੀ ਵਿੱਚ ਇੱਕ ਚਿੱਠੀ ਲਿਖੋ, ਜਿਸ ਵਿੱਚ ਤੁਸੀਂ ਹੇਠ ਲਿਖੀਆਂ ਗੱਲਾਂ ਬਾਰੇ ਲਿਖ ਸਕਦੇ ਹੋ :

—ਤੁਹਾਡੇ ਸ਼ਹਿਰ ਵਿੱਚ ਕਿਹੜੇ ਕਿਹੜੇ ਧਾਰਮਿਕ ਅਸਥਾਨ ਹਨ ?

—ਧਾਰਮਿਕ ਅਸਥਾਨਾਂ ਵਿੱਚ ਪ੍ਰੋਗਰਾਮਾਂ ਬਾਰੇ ਲਿਖੋ।

—ਉੱਥੇ ਖਾਣ ਪੀਣ ਦਾ ਕੀ ਪ੍ਰਬੰਧ ਹੈ ?

—ਇਹਨਾਂ ਧਾਰਮਿਕ ਅਸਥਾਨਾਂ ਨੂੰ ਕੌਣ ਚਲਾਉਂਦਾ ਹੈ ?

—ਇਹ ਅਸਥਾਨ ਲੋਕਾਂ ਲਈ ਕਿਸ ਤਰ੍ਹਾਂ ਲਾਭਦਾਇਕ ਹਨ ?

—ਇਹਨਾਂ ਅਸਥਾਨਾਂ ਨੂੰ ਲੋਕਾਂ ਲਈ ਹੋਰ ਲਾਭਦਾਇਕ ਬਣਾਉਣ ਲਈ ਤੁਸੀਂ ਕੀ ਸਲਾਹ ਦਿਓਗੇ ?

—ਚਿੱਠੀ ਨੂੰ ਠੀਕ ਢੰਗ ਨਾਲ ਆਰੰਭ ਅਤੇ ਸਮਾਪਤ ਕਰੋ।   HC-1

9. ਤੁਸੀਂ ਪੰਜਾਬ ਵਿੱਚ ਛੁੱਟੀਆਂ ਕੱਟ ਕੇ ਆਏ ਹੋ ਅਤੇ ਤੁਹਾਨੂੰ ਆਪਣੇ ਸਕੂਲ ਦੇ ਰਸਾਲੇ ਵਾਸਤੇ ਇਸ ਟਰਿਪ ਬਾਰੇ ਇੱਕ ਲੇਖ ਲਿਖਣ ਬਾਰੇ ਕਿਹਾ ਗਿਆ ਹੈ। ਇਸ ਲੇਖ ਵਿੱਚ ਤੁਸੀਂ ਹੇਠ ਲਿਖੀਆਂ ਗੱਲਾਂ ਬਾਰੇ ਲਿਖ ਸਕਦੇ ਹੋ :

—ਪੰਜਾਬ ਕਦੋਂ ਗਏ ਅਤੇ ਕਦੋਂ ਵਾਪਸ ਆਏ ?

—ਪੰਜਾਬ ਅਤੇ ਇੰਗਲੈਂਡ ਦੇ ਲੋਕਾਂ ਦੀ ਜ਼ਿੰਦਗੀ ਵਿੱਚ ਫ਼ਰਕ।

—ਪੰਜਾਬ ਅਤੇ ਇੰਗਲੈਂਡ ਦੇ ਮੌਸਮ ਵਿੱਚ ਫ਼ਰਕ।

—ਪੰਜਾਬ ਅਤੇ ਇੰਗਲੈਂਡ ਦੀ ਧਰਤੀ ਵਿੱਚ ਫ਼ਰਕ।

—ਪੰਜਾਬ ਅਤੇ ਇੰਗਲੈਂਡ ਵਿੱਚ ਲੋਕਾਂ ਦੀ ਧਾਰਮਿਕ ਜ਼ਿੰਦਗੀ।

—ਤੁਸੀਂ ਕਿੱਥੇ ਰਹਿਣਾ ਪਸੰਦ ਕਰੋਗੇ ਅਤੇ ਕਿਉਂ ?

—ਪੰਜਾਬ ਵਿੱਚ ਦੁਬਾਰਾ ਛੁੱਟੀਆਂ 'ਤੇ ਜਾਣ ਬਾਰੇ।   HC-1

C-2 Finding the way

ਹੇਠ ਲਿਖੇ ਪ੍ਸ਼ਨਾਂ ਦੇ ਉੱਤਰ ਪੰਜਾਬੀ ਵਿੱਚ ਲਿਖੋ :

1. ਲਾਇਬਰੇਰੀ ਕਿੱਥੇ ਹੈ ?

   ....

2. ਲਾਇਬਰੇਰੀ ਜਾਣ ਦਾ ਰਸਤਾ ਦੱਸੋ।

   ....

3. ਇੱਥੋਂ ਲਾਇਬਰੇਰੀ ਕਿੰਨੀ ਕੁ ਦੂਰ ਹੈ ?

   ....

4. ਕੀ ਤੁਹਾਡੇ ਸ਼ਹਿਰ ਵਿੱਚ ਕੋਈ ਕਮਿਊਨਿਟੀ ਸੈਂਟਰ ਹੈ ?

   ....

5. ਕਮਿਊਨਿਟੀ ਸੈਂਟਰ ਜਾਣ ਦਾ ਰਸਤਾ ਦੱਸੋ ?

   ....FC-2

6. You receive this note from your friend who is celebrating his/her birthday.

ਪਿਆਰੇ/ਪਿਆਰੀ ਮਨਜੀਤ,

ਅਗਲੇ ਸਨਿੱਚਰਵਾਰ ਮੈਂ ਆਪਣਾ ਜਨਮ ਦਿਨ ਮਨਾ ਰਹੀ/ਰਿਹਾ ਹਾਂ। ਪ੍ਗਰਾਮ ਸਿਵਿਕ ਹਾਲ ਵਿੱਚ ਸ਼ਾਮ ਨੂੰ 8 ਵਜੇ ਸ਼ੁਰੂ ਹੋਵੇਗਾ। ਤੁਸੀਂ ਜ਼ਰੂਰ ਆਉਣਾ।

ਤੁਹਾਡੀ ਸਹੇਲੀ/ਤੁਹਾਡਾ ਮਿੱਤਰ

ਸਨਦੀਪ

ਇਸ ਨੋਟ ਦਾ ਉੱਤਰ ਪੰਜਾਬੀ ਵਿੱਚ ਲਿਖੋ। ਇਸ ਵਿੱਚ ਤੁਸੀਂ ਹੇਠ ਲਿਖੀਆਂ ਗੱਲਾਂ ਬਾਰੇ ਲਿਖ ਸਕਦੇ ਹੋ :

—ਧੰਨਵਾਦ।

—ਆਪਣੇ ਜਾਣ ਬਾਰੇ।

—ਸਿਵਿਕ ਹਾਲ।

—ਦੂਰ/ਨੇੜੇ।

—ਕਿਸ ਤਰ੍ਹਾਂ ਜਾਵੋਗੇ ?

FC-2

C-3 Shopping

1. Add nine more items of clothes, in Panjabi to the list.

    1. ਸਾੜੀ   2.
    3.   4.
    5.   6.
    7.   8.
    9.   10.   FC-3

2   Add five more names of shops or stores in Panjabi from where you buy things.

    1. ਅਸਡਾ ਸਟੋਰ   2.
    3.   4.
    5.   6.   FC-3

3. ਹੇਠ ਲਿਖੇ ਪ੍ਰਸ਼ਨਾਂ ਦੇ ਉੱਤਰ ਪੰਜਾਬੀ ਵਿੱਚ ਲਿਖੋ :

    1. ਤੁਹਾਡੇ ਮਾਤਾ ਪਿਤਾ ਜੀ ਖਾਣ ਪੀਣ ਦੀਆਂ ਚੀਜ਼ਾਂ ਕਦੋਂ ਖ਼ਰੀਦਦੇ ਹਨ ?

    ....

    2. ਉਹ ਆਮ ਤੌਰ 'ਤੇ ਕਿੱਥੋਂ ਚੀਜ਼ਾਂ ਖ਼ਰੀਦਦੇ ਹਨ ?

    ....

    3. ਅਸਡਾ ਸਟੋਰ ਕਦੋਂ ਖੁਲ੍ਹਦਾ ਅਤੇ ਕਦੋਂ ਬੰਦ ਹੁੰਦਾ ਹੈ ?

    ....

    ....

    4. ਕੀ ਤੁਸੀਂ ਆਪਣੇ ਲਈ ਚੀਜ਼ਾਂ ਖ਼ਰੀਦਣਾ ਪਸੰਦ ਕਰਦੇ ਹੋ ?

    ....

    5. ਜੇ ਤੁਸੀਂ ਚੀਜ਼ਾਂ ਖ਼ਰੀਦਣਾ ਪਸੰਦ ਕਰਦੇ ਹੋ ਤਾਂ ਕਿਉਂ ਅਤੇ ਜੇ ਨਹੀਂ ਕਰਦੇ ਤਾਂ ਕਿਉਂ ਨਹੀਂ ?

    ....

    ....FC-3

4. ਹੇਠ ਦਿੱਤੀਆਂ ਤਸਵੀਰਾਂ ਦੀ ਸਹਾਇਤਾ ਨਾਲ ਚੀਜ਼ਾਂ ਖ਼ਰੀਦਣ ਬਾਰੇ ਪੰਜਾਬੀ ਵਿੱਚ ਇੱਕ ਕਹਾਣੀ ਲਿਖੋ।

1.

2.

3.

4.

5. ਆਪਣੇ ਮਿੱਤਰ/ਸਹੇਲੀ ਨੂੰ ਇੱਕ ਚਿੱਠੀ ਲਿਖੋ। ਇਸ ਵਿੱਚ ਤੁਸੀਂ ਹੇਠ ਲਿਖੀਆਂ ਗੱਲਾਂ ਬਾਰੇ ਲਿਖ ਸਕਦੇ ਹੋ।

    —ਤੁਸੀਂ ਕਿਸ ਤਰ੍ਹਾਂ ਦੇ ਕਪੜੇ ਖ਼ਰੀਦਨਾ ਪਸੰਦ ਕਰਦੇ ਹੋ ਅਤੇ ਕਿਉਂ ?

    —ਆਮ ਤੌਰ 'ਤੇ ਤੁਸੀਂ ਕਪੜੇ ਕਿੱਥੋਂ ਖ਼ਰੀਦਦੇ ਹੋ ਅਤੇ ਤੁਸੀਂ ਇੱਥੋਂ ਕਿਉਂ ਖ਼ਰੀਦਦੇ ਹੋ ?

    —ਖਾਣ ਪੀਣ ਦੀਆਂ ਚੀਜ਼ਾਂ ਤੁਸੀਂ ਕਿੱਥੋਂ ਖ਼ਰੀਦਦੇ ਹੋ ਅਤੇ ਇੱਥੋਂ ਕਿਉਂ ਖ਼ਰੀਦਦੇ ਹੋ ?

    —ਤੁਹਾਡੇ ਸ਼ਹਿਰ ਵਿੱਚ ਚੀਜ਼ਾਂ ਖ਼ਰੀਦਣ ਦੀਆਂ ਕੀ ਸਹੂਲਤਾਂ ਹਨ ?

    —ਆਪਣੇ ਮਿੱਤਰ/ਸਹੇਲੀ ਨੂੰ ਚੀਜ਼ਾਂ ਖ਼ਰੀਦਣ ਬਾਰੇ ਕੁਝ ਪੁੱਛੋ।

    —ਜੇ ਖ਼ਰੀਦੀ ਹੋਈ ਚੀਜ਼ ਤੁਹਾਨੂੰ ਪਸੰਦ ਨਾ ਆਵੇ ਤਾਂ ਤੁਸੀਂ ਕੀ ਕਰਦੇ ਹੋ ?

    —ਚਿੱਠੀ ਨੂੰ ਠੀਕ ਢੰਗ ਨਾਲ ਆਰੰਭ ਅਤੇ ਸਮਾਪਤ ਕਰੋ।   HC-3

6. ਆਪਣੇ ਸ਼ਹਿਰ ਦੇ ਸ਼ੌਪਿੰਗ ਸੈਂਟਰ ਬਾਰੇ ਇੱਕ ਲੇਖ ਲਿਖੋ। ਇਸ ਵਿੱਚ ਤੁਸੀਂ ਹੇਠ ਲਿਖੀਆਂ ਗੱਲਾਂ ਬਾਰੇ ਲਿਖ ਸਕਦੇ ਹੋ।

    —ਸ਼ੌਪਿੰਗ ਸੈਂਟਰ ਕਿੱਥੇ ਹੈ ਅਤੇ ਇਸ ਦਾ ਆਲਾ ਦੁਆਲਾ।

    —ਲੋਕੀਂ ਸ਼ੌਪਿੰਗ ਸੈਂਟਰ ਕਿਸ ਤਰ੍ਹਾਂ ਜਾ ਸਕਦੇ ਹਨ ਅਤੇ ਹੋਰ ਸਹੂਲਤਾਂ ਜਿਵੇਂ ਕਾਰ ਪਾਰਕਿੰਗ।

    —ਇਸ ਸ਼ੌਪਿੰਗ ਸੈਂਟਰ ਤੋਂ ਲੋਕੀਂ ਕੀ ਕੀ ਖ਼ਰੀਦ ਸਕਦੇ ਹਨ ?

    —ਇਸ ਸ਼ੌਪਿੰਗ ਸੈਂਟਰ ਬਾਰੇ ਤੁਹਾਨੂੰ ਕੀ ਚੰਗਾ ਲਗਦਾ ਹੈ ਅਤੇ ਕਿਉਂ ?

    —ਇਸ ਸ਼ੌਪਿੰਗ ਸੈਂਟਰ ਬਾਰੇ ਤੁਹਾਨੂੰ ਕੀ ਚੰਗਾ ਨਹੀਂ ਲਗਦਾ ਅਤੇ ਕਿਉਂ ?

    —ਸ਼ੌਪਿੰਗ ਸੈਂਟਰ ਨੂੰ ਹੋਰ ਚੰਗਾ ਬਨਾਉਣ ਲਈ ਤੁਸੀਂ ਕੀ ਸੁਝਾ ਦਿਓਗੇ।   HC-3

C-4 Public Services

1. Write a list in Panjabi of the things you can buy from the post office.

   1. ਟਿਕਟਾਂ   2.

   3.   4.

   5.   6.   FC-4

2 What can you do at the post office? Write five more things.

   1. ਪਾਰਸਲ ਕਰ ਸਕਦੇ ਹੋ   2.

   3.   4.

   5.   6.   FC-4

3. ਤੁਸੀਂ ਪੰਜਾਬ ਵਿੱਚ ਛੁੱਟੀਆਂ 'ਤੇ ਹੋ। ਤੁਹਾਡਾ ਸੂਟਕੇਸ ਗੁੰਮ ਹੋ ਗਿਆ ਹੈ। ਪੁਲਿਸ ਨੂੰ ਇੱਕ ਰਿਪੋਰਟ ਲਿਖੋ। ਇਸ ਵਿੱਚ ਤੁਸੀਂ ਹੇਠ ਲਿਖੀਆਂ ਗੱਲਾਂ ਬਾਰੇ ਲਿਖ ਸਕਦੇ ਹੋ :

   —ਸੂਟਕੇਸ ਕਦੋਂ ਗੁੰਮ ਹੋਇਆ ?

   —ਕਿੱਥੇ ਗੁੰਮ ਹੋਇਆ ?

   —ਦੱਸੋ ਸੂਟਕੇਸ ਵਿੱਚ ਕੀ ਸੀ ? ਪੂਰੀ ਜਾਣਕਾਰੀ ਦਿਓ।

   —ਸੂਟਕੇਸ ਬਾਰੇ ਦੱਸੋ ਕਿਸ ਤਰ੍ਹਾਂ ਦਾ ਸੀ ?

   —ਕਿਸ ਚੀਜ਼ ਦਾ ਬਣਿਆ ਹੋਇਆ ਸੀ ਅਤੇ ਕੀ ਸਾਈਜ਼ ਸੀ ?

   —ਰੰਗ, ਸ਼ਕਲ ਅਤੇ ਕਿਹੜੀ ਕੰਪਨੀ ਦਾ ਸੀ ?

   —ਤੁਸੀਂ ਸੂਟਕੇਸ ਲੱਭਣ ਲਈ ਕੀ ਕੋਸ਼ਿਸ਼ ਕੀਤੀ ਹੈ ?   FH C-4

C-5 Getting around

1. Make a list of the means of transport in India in Panjabi.

    1. ਰਿਕਸ਼ਾ   2.   3.   4.

    5.   6.   7.   8.   FC-5

2. Add three more directions in Panjabi

    1. ਸਿੱਧੇ ਜਾਓ   2.   3.   4.

    FC-5

3. You read a note from your friend.

    ਤੁਸੀਂ ਆਪਣੇ ਮਿੱਤਰ/ਸਹੇਲੀ ਦਾ ਇਹ ਨੋਟ ਪੜ੍ਹਦੇ ਹੋ।

> ਪਿਆਰੇ/ਪਿਆਰੀ ਨਿਰਮਲ,
>
> ਮੈਂ ਤੁਹਾਨੂੰ ਤੁਹਾਡੇ ਸਕੂਲ ਵਿੱਚ ਮਿਲਣਾ ਚਾਹੁੰਦਾ/ਚਾਹੁੰਦੀ ਹਾਂ। ਪਰ ਮੈਨੂੰ ਤੁਹਾਡੇ ਸਕੂਲ ਦਾ ਪਤਾ ਨਹੀਂ ਕਿੱਥੇ ਹੈ। ਮੈਨੂੰ ਦਸਣਾ ਕਿ ਮੈਂ ਸਿਟੀ ਸੈਂਟਰ ਤੋਂ ਕਿਸ ਤਰ੍ਹਾਂ ਆਵਾਂ।

ਆਪਣੇ ਮਿੱਤਰ ਨੂੰ ਇਸ ਨੋਟ ਦਾ ਉੱਤਰ ਪੰਜਾਬੀ ਵਿੱਚ ਲਿਖੋ। ਇਸ ਵਿੱਚ ਤੁਸੀਂ ਹੇਠ ਲਿਖੀਆਂ ਗੱਲਾਂ ਬਾਰੇ ਦੱਸੋ।

—ਨੋਟ ਲਈ ਧੰਨਵਾਦ।

—ਸਿਟੀ ਸੈਂਟਰ ਤੋਂ ਸਕੂਲ ਤੱਕ ਦਾ ਪੈਦਲ ਰਸਤਾ।

—ਕਿਹੜੀ ਕਿਹੜੀ ਬਸ ਅਤੇ ਕਿਸ ਕਿਸ ਟਾਈਮ 'ਤੇ।

—ਮਿਲਣ ਲਈ ਕਿਹੜਾ ਦਿਨ ਅਤੇ ਕਿਹੜਾ ਟਾਈਮ ਠੀਕ।

—ਵਾਪਸ ਜਾਣ ਦੇ ਪ੍ਰੋਗਰਾਮ ਬਾਰੇ।   FC-5

4. ਤੁਸੀਂ ਇੱਕ ਐਕਸੀਡੈਂਟ ਹੁੰਦਾ ਦੇਖਿਆ ਹੈ। ਇਸ ਬਾਰੇ ਪੁਲਿਸ ਨੂੰ ਇੱਕ ਰਿਪੋਰਟ ਲਿਖੋ। ਰਿਪੋਰਟ ਵਿੱਚ ਤੁਸੀਂ ਹੇਠ ਲਿਖੀਆਂ ਗੱਲਾਂ ਬਾਰੇ ਲਿਖ ਸਕਦੇ ਹੋ :

—ਐਕਸੀਡੈਂਟ ਕਿੱਥੇ ਹੋਇਆ। ਉਸ ਥਾਂ ਦਾ ਪੂਰਾ ਪਤਾ ਲਿਖੋ।

—ਐਕਸੀਡੈਂਟ ਕਿਸ ਤਰ੍ਹਾਂ ਹੋਇਆ ? ਨਕਸ਼ਾ ਬਣਾ ਕੇ ਦੱਸੋ।

—ਇਸ ਐਕਸੀਡੈਂਟ ਨਾਲ ਕੀ ਕੀ ਨੁਕਸਾਨ ਹੋਇਆ ?

—ਤੁਹਾਡੇ ਖ਼ਿਆਲ ਵਿੱਚ ਕਿਸ ਦਾ ਕਸੂਰ ਸੀ ਅਤੇ ਕਿਉਂ।

—ਕਿਸ ਕਿਸ ਦੇ ਸੱਟਾਂ ਲੱਗੀਆਂ ?

—ਇਸ ਐਕਸੀਡੈਂਟ ਕਾਰਨ ਟਰੈਫ਼ਿਕ 'ਤੇ ਕੀ ਅਸਰ ਪਿਆ ?

—ਇਸ ਐਕਸੀਡੈਂਟ ਵਿੱਚ ਪੁਲਿਸ ਨੇ ਕੀ ਰੋਲ ਨਿਭਾਇਆ ?   HC-5

Area of Experience D—The World of Work

D-1 Further education and training

Foundation

ਹੇਠ ਲਿਖੇ ਪ੍ਰਸ਼ਨਾਂ ਦੇ ਉੱਤਰ ਪੰਜਾਬੀ ਵਿਚ ਲਿਖੋ :

1. ਸਕੂਲ ਦੀ ਪੜ੍ਹਾਈ ਖ਼ਤਮ ਕਰਨ ਤੋਂ ਬਾਅਦ ਤੁਸੀਂ ਕੀ ਕਰਨਾ ਚਾਹੁੰਦੇ ਹੋ ?

   ....

2. ਕਿਉਂ ?

   ....

3. ਵੱਡੇ ਹੋ ਕੇ ਤੁਸੀਂ ਕੀ ਕਰਨਾ ਚਾਹੁੰਦੇ ਹੋ ?

   ....

4. ਕਿਉਂ ?

   ....FD-1

Higher

ਹੇਠ ਲਿਖੇ ਪ੍ਰਸ਼ਨਾਂ ਦੇ ਉੱਤਰ ਪੰਜਾਬੀ ਵਿੱਚ ਲਿਖੋ :

1. ਸਕੂਲ ਦੀ ਪੜ੍ਹਾਈ ਖ਼ਤਮ ਕਰਨ ਤੋਂ ਬਾਅਦ ਤੁਸੀਂ ਅੱਗੇ ਪੜ੍ਹਾਈ ਕਿਸ ਤਰ੍ਹਾਂ ਜਾਰੀ ਰਖ ਸਕਦੇ ਹੋ ?

   ....

2. ਕਾਲਜ ਜਾਂ ਯੂਨੀਵਰਸਿਟੀ ਵਿੱਚ ਕਿਸ ਤਰ੍ਹਾਂ ਦੀ ਪੜ੍ਹਾਈ ਹੁੰਦੀ ਹੈ ?

   ....

3. ਤੁਸੀਂ ਕਿਸ ਤਰ੍ਹਾਂ ਦੀ ਪੜ੍ਹਾਈ ਜਾਂ ਟ੍ਰੇਨਿੰਗ ਕਰਨੀ ਚਾਹੋਗੇ ?

   ....

4. ਕਿਉਂ ?

   ....

5. ਅੱਜ ਕੱਲ੍ਹ ਨੌਕਰੀ ਲੈਣ ਲਈ ਕਿਸ ਕਿਸਮ ਦੀ ਪੜ੍ਹਾਈ ਜਾਂ ਟ੍ਰੇਨਿੰਗ ਕਰਨੀ ਚਾਹੀਦੀ ਹੈ ?

   ....

6. ਕਿਉਂ ?

   ....HD-1

D-2 Careers and Employment

Foundation

1. Add five more names of professions in Panjabi to the list.

   1. ਡਾਕਟਰ
   3.
   5.

   2.
   4.
   6.   FD-2

2. ਤੁਹਾਡਾ ਮਿੱਤਰ/ਸਹੇਲੀ ਤੁਹਾਡੇ ਪਾਰਟ-ਟਾਈਮ ਕੰਮ ਬਾਰੇ ਜਾਣਨਾ ਚਾਹੁੰਦਾ/ਚਾਹੁੰਦੀ ਹੈ। ਉਸ ਨੂੰ ਇੱਕ ਚਿੱਠੀ ਲਿਖੋ, ਜਿਸ ਵਿੱਚ ਹੇਠ ਲਿਖੀਆਂ ਗੱਲਾਂ ਬਾਰੇ ਦੱਸਿਆ ਹੋਵੇ।

   —ਤੁਸੀਂ ਕੀ ਪਾਰਟ ਟਾਈਮ ਕੰਮ ਕਰਦੇ ਹੋ ?
   —ਕੰਮ ਕਿੱਥੇ ਹੈ ?
   —ਤੁਸੀਂ ਕੰਮ 'ਤੇ ਕਿਸ ਤਰ੍ਹਾਂ ਜਾਂਦੇ ਹੋ ?
   —ਤੁਹਾਡੇ ਘਰ ਤੋਂ ਕੰਮ ਦੀ ਥਾਂ ਕਿੰਨੀ ਕੁ ਦੂਰ ਹੈ ?
   —ਉੱਥੇ ਜਾਣ ਲਈ ਕਿੰਨਾ ਸਮਾਂ ਲਗਦਾ ਹੈ।
   —ਕਿੰਨੇ ਘੰਟੇ ਕੰਮ ਕਰਦੇ ਹੋ ?
   —ਕਿੰਨੇ ਪੈਸੇ ਮਿਲਦੇ ਹਨ ?
   —ਇਸ ਕੰਮ ਬਾਰੇ ਤੁਹਾਡੇ ਕੀ ਵਿਚਾਰ ਹਨ ?   FD-2

3. ਹੇਠ ਲਿਖੇ ਪ੍ਰਸ਼ਨਾਂ ਦੇ ਉੱਤਰ ਪੰਜਾਬੀ ਵਿੱਚ ਲਿਖੋ :

   1. ਤੁਹਾਡੇ ਪਿਤਾ ਜੀ ਕੀ ਕੰਮ ਕਰਦੇ ਹਨ ?

   ....

   2. ਤੁਹਾਡੇ ਮਾਤਾ ਜੀ ਕੀ ਕੰਮ ਕਰਦੇ ਹਨ ?

   ....

   3. ਤੁਹਾਡਾ ਭਰਾ ਕੀ ਕੰਮ ਕਰਦਾ ਹੈ ?

   ....

   4. ਆਪਣੀ ਭੈਣ ਦੇ ਕੰਮ ਬਾਰੇ ਦੱਸੋ।

   ....

   5. ਕੀ ਤੁਹਾਡੇ ਪਰਿਵਾਰ ਦੇ ਮੈਂਬਰ ਆਪਣਾ ਆਪਣਾ ਕੰਮ ਪਸੰਦ ਕਰਦੇ ਹਨ ? ਜੇ ਕਰਦੇ ਹਨ ਤਾਂ ਕਿਉਂ ਅਤੇ ਜੇ ਨਹੀਂ ਕਰਦੇ ਤਾਂ ਕਿਉਂ ਨਹੀਂ ?

   ....
   ....FD-2

Higher

5. ਆਪਣੇ ਸਕੂਲ ਦੇ ਰਸਾਲੇ ਲਈ ਇੱਕ ਲੇਖ ਲਿਖੋ। ਇਸ ਵਿੱਚ ਹੇਠ ਲਿਖੀਆਂ ਗੱਲਾਂ ਬਾਰੇ ਦੱਸੋ।

   —ਸਕੂਲ ਦੀ ਪੜ੍ਹਾਈ ਖ਼ਤਮ ਕਰਨ ਤੋਂ ਬਾਅਦ ਤੁਸੀਂ ਕੀ ਕਰੋਗੇ ?

   —ਤੁਹਾਡੀ ਮਨਪਸੰਦ ਨੌਕਰੀ।

   —ਤੁਸੀਂ ਇਹ ਨੌਕਰੀ ਕਿਉਂ ਲੈਣੀ ਚਾਹੁੰਦੇ ਹੋ ?

   —ਨੌਕਰੀ ਸੰਬੰਧੀ ਕੋਈ ਤਜਰਬਾ।

   —ਅੱਜ ਕੱਲ੍ਹ ਨੌਕਰੀਆਂ ਲੈਣ ਲਈ ਆਉਣ ਵਾਲੀਆਂ ਮੁਸ਼ਕਲਾਂ।

   —ਜੇ ਤੁਹਾਨੂੰ ਤੁਹਾਡੇ ਮਨਪਸੰਦ ਦੀ ਨੌਕਰੀ ਨਾ ਮਿਲੀ ਤਾਂ ਤੁਸੀਂ ਕੀ ਕਰੋਗੇ ਅਤੇ ਕਿਉਂ ?

   —ਵੱਧ ਨੌਕਰੀਆਂ ਪੈਦਾ ਕਰਨ ਲਈ ਸਰਕਾਰ ਨੂੰ ਕੀ ਸੁਝਾਅ ਦੇਵੋਗੇ ?   AQA/NEAB 1998

6. ਹੇਠ ਲਿਖੇ ਪ੍ਰਸ਼ਨਾਂ ਦੇ ਉੱਤਰ ਪੰਜਾਬੀ ਵਿੱਚ ਲਿਖੋ।

   1. ਡਾਕਟਰ ਬਣਨ ਦੇ ਕੀ ਲਾਭ ਅਤੇ ਹਾਨੀਆਂ ਹਨ ?

   ....

   ....

   2. ਅਧਿਆਪਕ ਬਣਨ ਦੇ ਕੀ ਲਾਭ ਅਤੇ ਹਾਨੀਆਂ ਹਨ ?

   ....

   ....

   3. ਕੁਝ ਹੋਰ ਨੌਕਰੀਆਂ ਦੇ ਲਾਭ ਅਤੇ ਹਾਨੀਆਂ ਬਾਰੇ ਲਿਖੋ।

   ....

   ....HD-2

D-3 Advertising and Publicity

Higher

1. ਤੁਸੀਂ ਅਖ਼ਬਾਰ ਵਿੱਚ ਇਹ ਇਸ਼ਤਿਹਾਰ ਪੜ੍ਹਦੇ ਹੋ।

ਇਸ ਇਸ਼ਤਿਹਾਰ ਦੇ ਆਧਾਰ 'ਤੇ ਆਪਣੇ ਮਿੱਤਰ/ਸਹੇਲੀ ਨੂੰ ਇੱਕ ਚਿੱਠੀ ਲਿਖੋ ਤਾਂ ਕਿ ਉਹ ਵੀ ਇਸ ਮੇਲੇ ਵਿੱਚ ਸ਼ਾਮਲ ਹੋ ਸਕੇ।

HD-3

2. ਤੁਸੀਂ ਇਹ ਇਸ਼ਤਿਹਾਰ ਅਖ਼ਬਾਰ ਵਿੱਚ ਦੇਖਦੇ ਹੋ।

(ੳ) ਇਹ ਕੋਠੀ ਖ਼ਰੀਦਣ ਲਈ ਤੁਸੀਂ ਆਪਣੇ ਮਾਤਾ ਪਿਤਾ ਜੀ ਨੂੰ ਕੀ ਸਲਾਹ ਦਿਓਗੇ ?

....

....

....HD-3

(ਅ) ਕੀ ਇੰਗਲੈਂਡ ਵਿੱਚ ਰਹਿੰਦੇ ਪੰਜਾਬੀਆਂ ਨੂੰ ਪੰਜਾਬ ਵਿੱਚ ਕੋਠੀਆਂ ਖ਼ਰੀਦਣੀਆਂ ਚਾਹੀਦੀਆਂ ਹਨ ? ਤੁਹਾਡੇ ਇਸ ਬਾਰੇ ਕੀ ਵਿਚਾਰ ਹਨ ? ਇਸ ਬਾਰੇ ਇੱਕ ਲੇਖ ਲਿਖੋ।

....

....

....HD-3

3. ਆਪਣੀ ਮਰਜ਼ੀ ਦੇ ਕਿਸੇ ਰੈਸਟੋਰੈਂਟ ਬਾਰੇ ਪੋਸਟਰ ਬਣਾਓ ਅਤੇ ਇਸ ਬਾਰੇ ਸਾਰੀ ਜਾਣਕਾਰੀ ਪੰਜਾਬੀ ਵਿੱਚ ਲਿਖੋ।   HD-3

D-4 Communication

Foundation

ਹੇਠ ਲਿਖੇ ਪ੍ਰਸ਼ਨਾਂ ਦੇ ਉੱਤਰ ਪੰਜਾਬੀ ਵਿੱਚ ਲਿਖੋ :

1. ਤੁਹਾਡਾ ਟੈਲੀਫ਼ੋਨ ਨੰਬਰ ਕੀ ਹੈ ?

....

2. ਕਿਸ ਦਾ ਟੈਲੀਫ਼ੋਨ ਆਇਆ ਸੀ ?

....

3. ਉਸ ਦਾ ਟੈਲੀਫ਼ੋਨ ਨੰਬਰ ਕੀ ਸੀ ?

....

4. ਉਸ ਨੂੰ ਕਦੋਂ ਟੈਲੀਫ਼ੋਨ ਕਰਨਾ ਹੈ ?

....FD-4

Higher

ਹੇਠ ਲਿਖੇ ਪ੍ਰਸ਼ਨਾਂ ਦੇ ਉੱਤਰ ਪੰਜਾਬੀ ਵਿੱਚ ਲਿਖੋ :

1. ਤੁਹਾਡਾ ਫ਼ੈਕਸ ਨੰਬਰ ਕੀ ਹੈ ?

....

2. ਤੁਹਾਡਾ ਈ. ਮੇਲ ਨੰਬਰ ਕੀ ਹੈ ?

....

3. ਕੀ ਤੁਸੀਂ ਮੈਨੂੰ ਕੱਲ ਰਾਤ ਦੇ ਅੱਠ ਵਜੇ ਟੈਲੀਫ਼ੋਨ ਕਰ ਸਕਦੇ ਹੋ ?

....

4. ਮੈਂ ਤੁਹਾਨੂੰ ਕਦੋਂ ਟੈਲੀਫ਼ੋਨ ਕਰਾਂ ?

....

5. ਕੀ ਮੈਂ ਪੰਜ ਪੌਂਡ ਦਾ ਫ਼ੋਨ ਕਾਰਡ ਲੈ ਸਕਦਾ/ਸਕਦੀ ਹਾਂ ?

....

6. ਕੀ ਤੁਸੀਂ ਮੈਨੂੰ ਇੱਕ ਪੌਂਡ ਦੇ ਵੀਹ ਪੈਨੀਆਂ ਦੇ ਸਿੱਕੇ ਦੇ ਸਕਦੇ ਹੋ ?

....

7. ਮੈਨੂੰ ਇੱਕ ਪੌਂਡ ਦੇ ਪੰਜਾਹ ਪੈਨੀਆਂ ਦੇ ਦੋ ਸਿੱਕੇ ਦਿਓ।

....HD-4

Area of Experience E—The International World

E-1 Life in other countries/communities

Foundation

ਹੇਠ ਲਿਖੇ ਪ੍ਸ਼ਨਾਂ ਦੇ ਉੱਤਰ ਪੰਜਾਬੀ ਵਿੱਚ ਲਿਖੋ :

1. ਇੱਕ ਰੁਪਏ ਵਿੱਚ ਕਿੰਨੇ ਪੈਸੇ ਹੁੰਦੇ ਹਨ ?

   ....

2. ਇੱਕ ਪੌਂਡ ਵਿੱਚ ਕਿੰਨੀਆਂ ਪੈਨੀਆਂ ਹੁੰਦੀਆਂ ਹਨ ?

   ....

3. ਇੱਕ ਪੌਂਡ ਦੇ ਅੱਜ ਕੱਲ੍ਹ ਕਿੰਨੇ ਰੁਪਏ ਮਿਲਦੇ ਹਨ ?

   ....

4. ਇੱਕ ਪੌਂਡ ਦੇ ਕਿੰਨੇ ਕੈਨੇਡੀਅਨ ਡਾਲਰ ਮਿਲਦੇ ਹਨ ?

   ....

5. ਇੱਕ ਪੌਂਡ ਦੇ ਕਿੰਨੇ ਅਮਰੀਕਨ ਡਾਲਰ ਮਿਲਦੇ ਹਨ ?

   ....FE-1

Higher

ਹੇਠ ਲਿਖੇ ਪ੍ਸ਼ਨਾਂ ਦੇ ਉੱਤਰ ਪੰਜਾਬੀ ਵਿੱਚ ਲਿਖੋ :

1. ਪੰਜਾਬੀ ਅਤੇ ਅੰਗਰੇਜ਼ੀ ਖਾਣੇ ਵਿੱਚੋਂ ਤੁਹਾਨੂੰ ਕਿਹੜਾ ਖਾਣਾ ਜ਼ਿਆਦਾ ਪਸੰਦ ਹੈ ?

   ....

2. ਕਿਉਂ ?

   ....

3. ਵੱਖ ਵੱਖ ਪੰਜਾਬੀ ਅਤੇ ਅੰਗਰੇਜ਼ੀ ਖਾਣੇ ਬਣਾਉਣ ਦੇ ਤਰੀਕੇ ਲਿਖੋ।

   ....

   ....HE-1

E-2 Tourism

Foundation

1. You are planning to go on holiday to Canada. You need to make a list of things to take with you before you go.

   Add five more items, in Panjabi, to the list.

   1. ਕਪੜੇ
   2.
   3.
   4.
   5.
   6.   FE-2

2. Your aunt wants to know how you spend your holidays.

   ਚਿੱਠੀ ਵਿੱਚ ਤੁਸੀਂ ਹੇਠ ਲਿਖੀਆਂ ਗੱਲਾਂ ਬਾਰੇ ਲਿਖ ਸਕਦੇ ਹੋ।

   —ਛੁੱਟੀਆਂ ਵਿੱਚ ਤੁਸੀਂ ਕਿੱਥੇ ਜਾਂਦੇ ਹੋ ?

   —ਕਿਸ ਨਾਲ ਜਾਂਦੇ ਹੋ ?

   —ਕਿੰਨੇ ਚਿਰ ਲਈ ਜਾਂਦੇ ਹੋ ?

   —ਉੱਥੇ ਤੁਸੀਂ ਕੀ ਕਰਦੇ ਹੋ ?

   —ਚਾਚੀ ਜੀ ਨੂੰ ਉਸ ਦੀਆਂ ਛੁੱਟੀਆਂ ਬਾਰੇ ਕੁਝ ਪੁੱਛੋ।   FE-2

3. ਆਪਣੇ ਬਾਬਾ ਜੀ ਨੂੰ ਜੋ ਪੰਜਾਬ ਵਿੱਚ ਰਹਿੰਦੇ ਹਨ, ਆਪਣੀਆਂ ਪਿੱਛਲੀਆਂ ਛੁੱਟੀਆਂ ਬਾਰੇ ਇੱਕ ਚਿੱਠੀ ਲਿਖੋ। ਚਿੱਠੀ ਵਿੱਚ ਤੁਸੀਂ ਹੇਠ ਲਿਖੀਆਂ ਗੱਲਾਂ ਬਾਰੇ ਲਿਖ ਸਕਦੇ ਹੋ।

   —ਪਿਛਲੇ ਸਾਲ ਛੁੱਟੀਆਂ ਵਿੱਚ ਤੁਸੀਂ ਕਿੱਥੇ ਗਏ ਸੀ ?

   —ਕਿਸ ਨਾਲ ਗਏ ਸੀ ਅਤੇ ਕਿਸ ਤਰ੍ਹਾਂ ਗਏ ਸੀ ?

   —ਕਿੰਨੇ ਚਿਰ ਲਈ ਗਏ ਸੀ ਅਤੇ ਕਿੱਥੇ ਠਹਿਰੇ ਸੀ ?

   —ਉੱਥੇ ਦਾ ਮੌਸਮ ਤੁਹਾਨੂੰ ਕਿਸ ਤਰ੍ਹਾਂ ਲੱਗਿਆ ਅਤੇ ਕਿਉਂ ?

   —ਉੱਥੇ ਤੁਸੀਂ ਕੀ ਦੇਖਿਆ ਅਤੇ ਕੀ ਕੀਤਾ ?

   —ਇਹਨਾਂ ਛੁੱਟੀਆਂ ਬਾਰੇ ਤੁਹਾਡੇ ਕੀ ਵਿਚਾਰ ਹਨ ?

   —ਉਹਨਾਂ ਥਾਂਵਾਂ ਬਾਰੇ ਜੋ ਤੁਸੀਂ ਦੇਖੀਆਂ ਹਨ, ਤੁਹਾਡੀ ਕੀ ਰਾਏ ਹੈ ?

   —ਚਿੱਠੀ ਨੂੰ ਠੀਕ ਢੰਗ ਨਾਲ ਆਰੰਭ ਅਤੇ ਸਮਾਪਤ ਕਰੋ।   FH E-2

Higher

4. ਤੁਸੀਂ ਪੰਜਾਬ ਨੂੰ ਸੈਰ ਸਪਾਟੇ ਲਈ ਜਾਣਾ ਚਾਹੁੰਦੇ ਹੋ। ਚੰਡੀਗੜ੍ਹ ਦੇ ਟੂਰਿਸਟ ਦਫ਼ਤਰ ਨੂੰ ਹੋਰ ਜਾਣਕਾਰੀ ਲਈ ਇੱਕ ਚਿੱਠੀ ਲਿਖੋ। ਚਿੱਠੀ ਵਿੱਚ ਤੁਸੀਂ ਹੇਠ ਲਿਖੀਆਂ ਗੱਲਾਂ ਬਾਰੇ ਲਿਖ ਸਕਦੇ ਹੋ :

—ਦੱਸੋ ਤੁਸੀਂ ਕਦੋਂ ਅਤੇ ਕਿੰਨੇ ਚਿਰ ਲਈ ਜਾਣਾ ਚਾਹੁੰਦੇ ਹੋ ?

—ਕਿੱਥੇ ਕਿੱਥੇ ਜਾਵੋਗੇ ?

—ਇਹਨਾਂ ਥਾਂਵਾਂ 'ਤੇ ਤੁਸੀਂ ਕਿਉਂ ਜਾਣਾ ਚਾਹੁੰਦੇ ਹੋ ?

—ਰਹਿਣ ਲਈ ਕਿਸ ਤਰ੍ਹਾਂ ਦੀ ਥਾਂ ਹੋਣੀ ਚਾਹੀਦੀ ਹੈ ?

—ਖ਼ਰਚ ਬਾਰੇ।

—ਸੈਰ ਸਪਾਟੇ ਬਾਰੇ ਹੋਰ ਜਾਣਕਾਰੀ ਬਾਰੇ।

—ਚਿੱਠੀ ਨੂੰ ਠੀਕ ਢੰਗ ਨਾਲ ਆਰੰਭ ਅਤੇ ਸਮਾਪਤ ਕਰੋ। HE-2

5. ਤੁਸੀਂ ਪਿਛਲੇ ਮਹੀਨੇ ਇੱਕ ਟਰਿਪ ਤੋਂ ਵਾਪਸ ਆਏ ਹੋ। ਆਪਣੇ ਮਿੱਤਰ/ਸਹੇਲੀ ਨੂੰ ਇਸ ਟਰਿਪ ਬਾਰੇ ਇੱਕ ਚਿੱਠੀ ਲਿਖੋ, ਜਿਸ ਵਿੱਚ ਹੇਠ ਲਿਖੀਆਂ ਗੱਲਾਂ ਹੋਣ :

—ਤੁਸੀਂ ਕਿੱਥੇ ਗਏ ਸੀ ?

—ਆਪਣੇ ਸਫ਼ਰ ਬਾਰੇ ਦੱਸੋ।

—ਉੱਥੇ ਤੁਸੀਂ ਕੀ ਦੇਖਿਆ ਅਤੇ ਤੁਹਾਨੂੰ ਕਿਸ ਤਰ੍ਹਾਂ ਲੱਗਿਆ ?

—ਉੱਥੇ ਦੇ ਮੌਸਮ ਬਾਰੇ ਦੱਸੋ।

—ਖਾਣ ਪੀਣ ਦਾ ਕੀ ਪ੍ਰਬੰਧ ਸੀ ?

—ਟਰਿਪ ਨੂੰ ਹੋਰ ਚੰਗਾ ਬਣਾਉਣ ਲਈ ਕੀ ਸਲਾਹ ਦਿਓਗੇ ?

—ਤੁਹਾਡੇ ਖ਼ਿਆਲ ਵਿੱਚ ਵਿਦਿਆਰਥੀਆਂ ਨੂੰ ਇਸ ਤਰ੍ਹਾਂ ਦੇ ਟਰਿਪਾਂ ਦਾ ਕੀ ਲਾਭ ਹੁੰਦਾ ਹੈ। HE-2

E-3 Accommodation

Higher

ਤੁਸੀਂ ਆਪਣੇ ਪਰਿਵਾਰ ਨਾਲ ਪੰਜਾਬ ਨੂੰ ਛੁੱਟੀਆਂ ਗੁਜ਼ਾਰਨ ਲਈ ਜਾ ਰਹੇ ਹੋ। ਦੁਆਬਾ ਹੋਟਲ ਚੰਡੀਗੜ੍ਹ ਦੇ ਮੈਨੇਜਰ ਨੂੰ ਇੱਕ ਚਿੱਠੀ ਲਿਖੋ। ਚਿੱਠੀ ਵਿੱਚ ਤੁਸੀਂ ਹੇਠ ਲਿਖੀਆਂ ਗੱਲਾਂ ਬਾਰੇ ਲਿਖ ਸਕਦੇ ਹੋ।

—ਤੁਸੀਂ ਕੌਣ ਕੌਣ ਜਾ ਰਹੇ ਹੋ ਅਤੇ ਤੁਹਾਨੂੰ ਕਿੰਨੇ ਕਮਰੇ ਚਾਹੀਦੇ ਹਨ ?

—ਤੁਸੀਂ ਕਦੋਂ ਜਾ ਰਹੇ ਹੋ ਅਤੇ ਕਿੰਨਾ ਚਿਰ ਹੋਟਲ ਵਿੱਚ ਰਹਿਣਾ ਚਾਹੁੰਦੇ ਹੋ ?

—ਕਮਰਿਆਂ ਵਿੱਚ ਤੁਹਾਨੂੰ ਕੀ ਕੀ ਸਹੂਲਤਾਂ ਚਾਹੀਦੀਆਂ ਹਨ ?

—ਹੋਟਲ ਵਿੱਚ ਖਾਣ ਪੀਣ ਦੀਆਂ ਸਹੂਲਤਾਂ ਬਾਰੇ।

—ਚੰਡੀਗੜ੍ਹ ਹੋਰ ਦੇਖਣ ਵਾਲੀਆਂ ਥਾਂਵਾਂ ਬਾਰੇ।

—ਕੁਲ ਖ਼ਰਚ ਅਤੇ ਪੈਸੇ ਦੇਣ ਬਾਰੇ।

—ਚਿੱਠੀ ਨੂੰ ਠੀਕ ਢੰਗ ਨਾਲ ਸ਼ੁਰੂ ਅਤੇ ਖ਼ਤਮ ਕਰੋ।   HE-3

E-4 The Wider World

Higher

1. ਆਪਣੇ ਚਾਚਾ ਜੀ ਨੂੰ ਜੋ ਪੰਜਾਬ ਵਿੱਚ ਰਹਿੰਦੇ ਹਨ, ਇੱਕ ਪੰਜਾਬੀ ਵਿੱਚ ਚਿੱਠੀ ਲਿਖੋ। ਚਿੱਠੀ ਵਿੱਚ ਤੁਸੀਂ ਹੇਠ ਲਿਖੀਆਂ ਗੱਲਾਂ ਬਾਰੇ ਲਿਖ ਸਕਦੇ ਹੋ।

   —ਆਪਣੇ ਪਰਿਵਾਰ ਬਾਰੇ ਦੋ ਗੱਲਾਂ।

   —ਦੱਸੋ ਤੁਹਾਡੇ ਪਿਤਾ ਜੀ ਨੇ ਬਰਤਾਨਵੀ ਨਾਗਰਿਕਤਾ ਕਿਉਂ ਲੈ ਲਈ ਹੈ ?

   —ਤੁਹਾਡੇ ਮਾਤਾ ਜੀ ਨੇ ਕਿਉਂ ਅਜੇ ਇੰਡੀਅਨ ਪਾਸਪੋਰਟ ਰਖਿਆ ਹੋਇਆ ਹੈ ?

   —ਆਪਣੀ ਅਤੇ ਆਪਣੇ ਭੈਣ ਭਰਾਵਾਂ ਦੀ ਨਾਗਰਿਕਤਾ ਬਾਰੇ ਲਿਖੋ।

   —ਇੰਗਲੈਂਡ ਵਿੱਚ ਰਹਿਣ ਵਾਲਿਆਂ ਲਈ ਬਰਤਾਨਵੀ ਨਾਗਰਿਕਤਾ ਕਿਉਂ ਜ਼ਰੂਰੀ ਹੈ ?

   —ਇੰਗਲੈਂਡ ਵਿੱਚ ਵੱਸੇ ਪੰਜਾਬੀਆਂ ਦੀਆਂ ਮੁਸ਼ਕਲਾਂ ਬਾਰੇ ਤੁਹਾਡੇ ਕੀ ਵਿਚਾਰ ਹਨ ?

   —ਤੁਹਾਡੇ ਖ਼ਿਆਲ ਵਿੱਚ ਸਰਕਾਰ ਨੂੰ ਇਹਨਾਂ ਮੁਸ਼ਕਲਾਂ ਨੂੰ ਦੂਰ ਕਰਨ ਲਈ ਕੀ ਕਰਨਾ ਚਾਹੀਦਾ ਹੈ ?

   HE-4

2. ਤੁਸੀਂ ਪੰਜਾਬ ਵਿੱਚ ਗਰਮੀ ਦੀਆਂ ਛੁੱਟੀਆਂ ਕੱਟ ਕੇ ਆਏ ਹੋ। ਆਪਣੇ ਸਕੂਲ ਦੇ ਰਸਾਲੇ ਲਈ ਪੰਜਾਬ ਬਾਰੇ ਇੱਕ ਆਰਟੀਕਲ ਲਿਖੋ। ਇਸ ਵਿੱਚ ਹੇਠ ਲਿਖੀਆਂ ਗੱਲਾਂ ਬਾਰੇ ਲਿਖ ਸਕਦੇ ਹੋ।

   —ਪੰਜਾਬੀ ਲੋਕਾਂ ਦੀ ਰਹਿਣੀ ਬਹਿਣੀ।

   —ਪੌਣ ਪਾਣੀ।

   —ਪੰਜਾਬ ਦਾ ਇਤਿਹਾਸ।

   —ਪੰਜਾਬ ਦਾ ਆਲਾ ਦੁਆਲਾ।

   —ਪੰਜਾਬ ਦੇ ਇਤਿਹਾਸਕ ਅਸਥਾਨ।

   —ਪੰਜਾਬ ਨੂੰ ਉੱਨਤ ਕਰਨ ਲਈ ਯੋਜਨਾਵਾਂ।

   —ਤੁਹਾਡੇ ਪੰਜਾਬ ਬਾਰੇ ਵਿਚਾਰ।

   HE-4

Panjabi
Writing Test

Thursday 20 May 1999   10.25 am – 11.05 am

1   You are going to a restaurant with your friend in the Panjab.

Add **four** more items, in **Panjabi**, to the list of things you might eat there.

Example   1   .... ਨਾਨ ....

2   ....

3   ....

4   ....

5   ....

(2)

2   You have been asked to write the text for a poster for a Vaisakhi Festival.

ਪੋਸਟਰ ਵਿੱਚ ਤੁਸੀਂ ਹੇਠ ਲਿਖੀਆਂ ਗੱਲਾਂ ਬਾਰੇ ਲਿਖੋ।

—ਵਿਸਾਖੀ ਕਦੋਂ ਮਨਾਈ ਜਾਵੇਗੀ ?
—ਕਿੱਥੇ ਮਨਾਈ ਜਾਵੇਗੀ ?
—ਪ੍ਰੋਗਰਾਮ ਬਾਰੇ।
—ਖਾਣ ਪੀਣ ਬਾਰੇ।
—ਲੋਕਾਂ ਨੂੰ ਆਉਣ ਲਈ ਕਹੋ।

(10)

3 ਤੁਸੀਂ ਪੰਜਾਬ ਤੋਂ ਛੁੱਟੀਆਂ ਕੱਟ ਕੇ ਵਾਪਸ ਆਏ ਹੋ। ਆਪਣੇ ਚਾਚਾ ਜੀ ਨੂੰ ਪੰਜਾਬੀ ਵਿੱਚ ਇੱਕ ਚਿੱਠੀ ਲਿਖੋ। ਚਿੱਠੀ ਵਿੱਚ ਹੇਠ ਲਿਖੀਆਂ ਗੱਲਾਂ ਬਾਰੇ ਦੱਸੋ।

—ਵਾਪਸ ਇੰਗਲੈਂਡ ਪਹੁੰਚਣ ਬਾਰੇ।

—ਹਵਾਈ ਜਹਾਜ਼ ਦੇ ਸਫ਼ਰ ਬਾਰੇ।

—ਦਿੱਲੀ ਜਾਂ ਲੰਡਨ ਏਅਰ ਪੋਰਟ ਦੇ ਸੀਨ ਬਾਰੇ।

—ਪੰਜਾਬ ਵਿੱਚ ਤੁਹਾਨੂੰ ਕੀ ਚੰਗਾ ਲੱਗਿਆ ਅਤੇ ਕਿਉਂ ?

—ਪੰਜਾਬ ਵਿੱਚ ਤੁਹਾਨੂੰ ਕੀ ਚੰਗਾ ਨਹੀਂ ਲੱਗਿਆ ਅਤੇ ਕਿਉਂ ?

—ਪੰਜਾਬ ਦੁਬਾਰਾ ਜਾਣ ਬਾਰੇ ਤੁਹਾਡੇ ਵਿਚਾਰ।

—ਆਪਣੇ ਪਰਿਵਾਰ ਬਾਰੇ ਦੋ ਗੱਲਾਂ ਲਿਖੋ।

(18)

General Certificate of Secondary Education

Panjabi
Writing Test
Higher Tier

Thursday 20 May 1999   10.25 am – 11.25 am

1   ਤੁਸੀਂ ਪੰਜਾਬ ਤੋਂ ਛੁੱਟੀਆਂ ਕੱਟ ਕੇ ਵਾਪਸ ਆਏ ਹੋ। ਆਪਣੇ ਚਾਚਾ ਜੀ ਨੂੰ ਪੰਜਾਬੀ ਵਿੱਚ ਇੱਕ ਚਿੱਠੀ ਲਿਖੋ। ਚਿੱਠੀ ਵਿੱਚ ਹੇਠ ਲਿਖੀਆਂ ਗੱਲਾਂ ਬਾਰੇ ਦੱਸੋ।

—ਵਾਪਸ ਇੰਗਲੈਂਡ ਪਹੁੰਚਣ ਬਾਰੇ।

—ਹਵਾਈ ਜਹਾਜ਼ ਦੇ ਸਫ਼ਰ ਬਾਰੇ।

—ਦਿੱਲੀ ਜਾਂ ਲੰਡਨ ਏਅਰਪੋਰਟ ਦੇ ਸੀਨ ਬਾਰੇ।

—ਪੰਜਾਬ ਵਿੱਚ ਤੁਹਾਨੂੰ ਕੀ ਚੰਗਾ ਲੱਗਿਆ ਅਤੇ ਕਿਉਂ ?

—ਪੰਜਾਬ ਵਿੱਚ ਤੁਹਾਨੂੰ ਕੀ ਚੰਗਾ ਨਹੀਂ ਲੱਗਿਆ ਅਤੇ ਕਿਉਂ ?

—ਪੰਜਾਬ ਦੁਬਾਰਾ ਜਾਣ ਬਾਰੇ ਤੁਹਾਡੇ ਵਿਚਾਰ।

—ਆਪਣੇ ਪਰਿਵਾਰ ਬਾਰੇ ਦੋ ਗੱਲਾਂ ਲਿਖੋ।

(18)

2   ਤੁਸੀਂ ਜੋ ਅੱਜ ਕੱਲੂ ਪੰਜਾਬੀ ਵਿਆਹ ਦੇਖਿਆ ਹੈ ਉਸ ਬਾਰੇ ਲਿਖੋ। ਇਸ ਵਿੱਚ ਤੁਸੀਂ ਹੇਠ ਲਿਖੀਆਂ ਗੱਲਾਂ ਬਾਰੇ ਦੱਸੋ।

—ਵਿਆਹ ਕਿਸ ਦਾ ਸੀ ਅਤੇ ਕਦੋਂ ਹੋਇਆ ?

—ਗੁਰਦਵਾਰੇ ਵਿੱਚ ਵਿਆਹ ਦੀ ਰਸਮ।

—ਦੁਪਹਿਰ ਦੇ ਖਾਣੇ ਬਾਰੇ।

—ਗੀਤ ਸੰਗੀਤ ਅਤੇ ਡਾਂਸ।

—ਇਸ ਵਿਆਹ ਵਿੱਚ ਤੁਹਾਨੂੰ ਕੀ ਚੰਗਾ ਲੱਗਿਆ ਅਤੇ ਕੀ ਚੰਗਾ ਨਹੀਂ ਲੱਗਿਆ ?

—ਪੰਜਾਬੀ ਵਿਆਹਾਂ ਬਾਰੇ ਤੁਹਾਡੇ ਵਿਚਾਰ।

—ਤੁਸੀਂ ਆਪਣਾ ਵਿਆਹ ਕਿਸ ਤਰ੍ਹਾਂ ਕਰਾਉਣਾ ਚਾਹੋਗੇ ਅਤੇ ਕਿਉਂ ?

(24)

How Writing Tests are Marked

GCSE WRITING TESTS – FOUNDATION AND HIGHER TIERS

MARK SCHEME – PART ONE

Principles of Marking

1   All marking is to be done in accordance with the published Criteria for Assessment.

2   The stress is on effective communication. Credit should be given for the language successfully conveying the target message without ambiguity.

3   There is no need to count the number of words used to answer each question. The sole criterion is completion of the tasks set.

FOUNDATION TIER

Questions 1 and 2

The candidate's reponse to each task set will be marked according to the following scale.

For this purpose the completion of a list or form in Question 1 will be regarded as a single task worth 2 marks : 1-2 understandable words – 1 mark, 3-4 understandable words – 2 marks.

Question 2 will consist of five tasks.

Tasks for Questions 1 and 2	
0	Inappropriate response. Failure to communicate the necessary information.
1	Appropriate response, although there may be some inaccuracy or omissions which cause difficulty or ambiguity for the native speaker's immediate comprehension. Most of the message is communicated.
2	Appropriate response. The task set is accomplished without ambiguity, although there may be minor lapses in accuracy.
6 tasks x 2 marks = 12 marks	

Question 3

The three criteria, Content, Use of Language and Accuracy each receive equal weighting. Under each category, candidates will be awarded up to 6 marks, according to level of performance, giving a maximum mark of 18.

Content

The assessment of Content depends on recognising an attempt to write something about the task. You should not take into account the quality of the language used, unless it interferes so much that communication would not take place.

Where reference is made to SEVERAL tasks, this means 2-3 tasks, the MAJORITY means 4-5 tasks and ALL or ALMOST ALL means 6-7 tasks.

Content	
0	Nothing of merit. Hardly any relevant information conveyed to the native speaker.
1-2	Several of the tasks are covered, with the minimum message in each conveyed. The response is basic and there may be some omissions.
3-4	The majority of the tasks are covered, with the minimum message in each conveyed. In several of the tasks covered, the response goes beyond the minimum.
5-6	All or almost all the tasks are covered, the minimum message in each conveyed. In many of the tasks there is evidence of the ability to go beyond the minimum level of response.

Developments

Candidates will be expected to go beyond the minimum level of response, in order to score the higher of the two marks available in the 3-4 and 5-6 bands. This means that the candidates will have added an extra piece of relevant information, which goes beyond the minimum required by the task.

These pieces of information are called Developments. For a Development to be accepted, the quality of language should be the same as that which is acceptable for a Content task.

The marks for Content for the 7 tasks will be awarded as follows:

Tasks	Marks
0-1	0
2	1
3	2
4-7 (0/1 D)	3
4-7 (2 Ds)	4
6-7 (3 Ds)	5
6-7 (4 Ds)	6

Developments cannot be credited for a task which has been rejected.

There can be only one development per task.

Use of Language & Accuracy

Use of Language	
0	The language used is too limited to merit a mark.
1-2	The candidate conveys several of the messages in a simple but intelligible way. The language used may not be fully appropriate to the tasks set and the grasp of word order and structure insecure.
3-4	The candidate conveys the majority of the messages using appropriate language.
5-6	The candidate conveys all or almost all the messages. The language is effective and appropriate. Where necessary, reference is made to past, present and future events.

Accuracy	
0	Inaccuracy is such that it is a barrier to communication.
1-2	Several of the messages are intelligible, despite inaccuracies which could lead to misunderstanding on the part of the native speaker.
3-4	The majority of the messages are conveyed. Although there may be omissions and errors of spelling and syntax the messages are not difficult for the native speaker to understand.
5-6	All or almost all the messages are conveyed sufficiently accurately for a native speaker to understand. There are only minor errors and occasional omissions.

The defination of 'several', 'the majority' and 'all or almost all' will be the same as for the assessment of Content.

NB
* **The band in which marks are placed for use of Language and Accuracy CANNOT exceed the band in which the Content mark has been placed.**

* **For the award of 5-6 marks for Use of Language, reference will need to be made to Past, Present and Future events.**

The maximum mark for the Foundation Tier paper is 30.

HIGHER TIER

Question 1

This question is the same as that set for Foundation Writing Question 3. It should therefore be marked in accordance with the instructions given for Foundation Tier Question 3.

Question 2

The three criteria, Content, Use of Language and Accuracy each receive equal weighting. Under each category, candidates will be awarded up to 8 marks, according to the level of performance, giving a maximum mark of 24.

Content

This is an assessment of the extent to which the candidate communicates the tasks set. An attempt at an appropriate tense is needed in all tasks.

Each task should be self-contained and comprehensible, without reference to the rubrics.

Content	
0	Nothing of merit. Little relevant information conveyed to the native speaker.
1-2	The candidate is able to respond to all or almost all the tasks set. The level of response is minimal.
3-4	The candidate is able to elicit and convey relevent information in relation to all or almost all the tasks set. Although there may be obvious limitations in self-expression, the candidate shows the ability to go beyond a minimal level of response in several of the tasks.
5-6	The candidate is able to respond reasonably fully to all or almost all the tasks set. Some ability to describe, give accounts, communicate attitudes and opinions is demonstrated.
7-8	The candidate is able to respond fully to all the tasks set, even though there may be minor omissions. The candidate has little difficulty in self-expression, is able to elaborate on points, to give full descriptions and accounts and to convey effectively attitudes and opinions.

Developments

Candidates will be expected to go beyond the minimum level of response in order to score the higher of the two marks available in the 3-4 and 5-6 bands. This means that an extra piece of information, normally in the form of a phrase or clause, will have been added. These pieces of information are called Developments. For a Development to be accepted, the quality of language should be the same as that which is acceptable for a Content task.

The marks for Content for the 7 tasks will be awarded as follows:

Tasks	Marks
0-4	0
5-7 (0 D)	1
5-7 (1 D)	2
5-7 (2 Ds)	3
5-7 (3 Ds)	4
5-7 (4 Ds)	5
5-7 (5 Ds)	6
7 (6 Ds)	7
7 (7 Ds)	8

There can be only one development per task.

Use of Language & Accuracy

Use of Language	
0	The Lanugage used is too limited to merit a mark.
1-2	Although the language used is not wide in scope it is appropriate and sufficient to communicate the tasks set.
3-4	The language used is appropriate and goes beyond that required for a minimal response to the tasks set. The writing has some coherence and continuity. Where, necessary, reference is made to past, present and future events.
5-6	The language used produces a coherent response or account even though communication in places may be disjointed. The writing shows some variety of expression and a degree of refinement and precision appropriate to descriptions/accounts and the communication of attitudes and opinions.
7-8	The language used is appropriate and effective. The writing shows both coherence and continuity. The degree of refinement and precision is such that descriptions and accounts are full and effective and attitudes and opinions clearly communicated.

Accuracy	
0	Inaccuracy is such that it is a barrier to communication.
1-2	The tasks set are conveyed in such a way that grammatical and lexical inaccuracies rarely lead to misunderstanding, although an effort of concertration on the part of the reader may be required.
3-4	Although inaccuracies are such that immediate comprehension may be delayed, the tasks set would be understood without difficulty.
5-6	Inaccuracies are mainly of a minor nature and do not impair the overall communication of the response/account.
7-8	There are very few consistent or conspicuous grammatical or lexical inaccuracies. Where inaccuracies do occur, they may result from the candidate's use of an extended range of language to elaborate on given points.

NB

- **The band in which marks are placed for these categories CANNOT exceed that for Content by more than one band.**
  - **A candidate scoring 3-4 for Content could not score a mark higher than 6 for use of Language and Accuracy.**
  - **A candidate scoring 0 for Content could be awarded 1-2 marks under Use of Language and Accuracy.**
- **For the award of 3 marks and above for Use of Lanugage, reference may need to be made to Past, Present and Future events.**

The maximum mark for the Higher Tier paper is 42.